C. V. KUMARASAMI SASTRI.

I think P. S. Ramulu Chetti garu deserves to be congratulated on his bringing out so useful a publication as The GANDHARVA KALPAVALLI. The arrangement of this subject is excellent and enables the students by easy steps to obtain a high degree of proficiency in Music. The book ought to find a place in every home.

KALAMU HOUSE,
Madras, 13th Jan. 1920 } C. V. KUMARASAMI SASTRI.

THE HON'BLE JUSTICE,
T. V. SESHAGIRI IYER.

I have just glanced through "GANDHARVAKALPAVALLI" written by Mr. Ramulu Chetti. As music is now being regarded an essential subject in the education at least of the girls of this country, the publication of a book of this kind is very opportune. When after receiving tuition in Schools, the pupils are at home, they will be able to instruct themselves efficiently, from reading this book. I commend the publication and hold that it may find a place in every household.

"GOVERDHAN" KILPAUK,
Madras, 15th Jan. 1920 } T. V. SESHAGIRI IYER.

THE HON'BLE DEWAN BAHADUR JUSTICE,
T. SADASIVA IYER.

The extent of my knowledge of music is not worth mentioning, but having glanced through "GANDHARVAKALPAVALLI" written by Mr. Ramulu Chetti and having consulted the opinions of more competent people, I think I am justified in saying that the publication is bound to be useful to those who wish to instruct themselves in music and also to teachers and pupils in Schools where music is taught.

"MORYALAYA"
Madras, 21st Jan. 1920 } T. SADASIVA IYER.

Dr. T M. Nair, M. D :—

"* * * Mr P. S. Ramulu Chettiar now brings out a book "which is intended to be a self instructor to students of Indian Music. " Mr Ramulu is quite competent to write a book of that nature and "the publication of the work both in Tamil and Telugu ought to be of "great use to the students of Music in Southern India."

Mr T. Venkatasubba Aiyar, B A., B L, High Court Vakil, Madras :—

"I have great pleasure in introducing Mr. P S Ramulu Chetty, "an *amateur* musician of high attainments, especially on the *Harmonium* I have perused his book on Music, and can certify that it "will be a very valuable addition to the existing works on Music. "* * * One peculiarity of this book is that it contains a variety of 'songs by different authors that are usually sung by the present-'day musicians of both sexes, and to an average student of music 'will be a practical help whereby he can, with some practice, pick 'up the particular method with which they are sung from the time 'of the venerable composers of the songs. * * * The author has 'also included a number of *Parsee* songs and *Javalis* for which it is 'difficult in other works to get at the texts This is a new feature 'for which the musical world ought to be thankful to him. In con-'clusion, the whole get-up of the book leaves nothing to be desired, 'and it is hoped that the public will freely patronise the book"

Mr. T. R Ramachandra Aiyar, B.A., B.L., High Court Vakil, Madras :—

" Mr. Ramulu Chetty gave a musical performance at the Vakils' gathering in April last The guests were highly pleased with his performance. The skill displayed by him is highly creditable to an amateur. It seems to me that this book on Music will be very useful to those that are interested in the study of music I wish him every success."

"amateur, he has undoubtedly a genius for his fine art; * * * he "excels equally well both in Karnatic and Hindustani Music * * *. "This (Gandharva Kalpavalli) is a remarkable production from various "points of view, and is sure to be appreciated by the lovers of the art "and science of Music He has introduced his own notations whereby "a learner can pick up tunes without undergoing the tedious and "elaborate preliminary training * * * This book, I consider, "would be no less useful to the advanced students in the art, whether "vocal or instrumental. I congratulate Mr R Chettiar on the splen- "did idea he has conceived of bringing out a publication of this des "cription * * *. The time is so opportune for giving an impetus "to amateur music when young ladies in every enlightened Indian "household are being trained in this charming art I wish Mr. "Chettiar and his book every success"

Mr C S Ramachandra Aiyar, B.A., Manager, High Court, Appellate Side, Madras.—

"* * * It supplies a real want—the want of a work by the "help of which hundreds of children and *amateurs* * * * may learn "Music, not as a profession but as a pleasure to themselves and the "circle of their family and friends. In the selection of the pieces the "author has, no doubt, been wisely guided by the taste of the present "day, most of them being such as are now in fashion and demand "* * * His skilful adaptation of Indian Music to the *Harmonium* "and the clear instructions for practice on it deserve much credit"

Mr. P. N Raman Pillai, B.A. —

"I have heard Mr. P S Ramulu Chettiar play on harmonium on "several occasions Harmonium is not an instrument well adapted "to Karnatic Music * * * But Mr Chettiar could so manipulate "the machine that all that it is capable of yields readily to his nimble "fingers. He plays Hindustani and Carnatic tunes with equal ease "and confidence He is bringing out a book on Music * * * Con- "sidering his knowledge of and enthusiasm for, the subject, I have no "doubt that the student of the science will find it a useful and "companionable volume"

DEWAN BAHADUR SIR S SUBRAHMANIA AIYAR,
B L, K C I E, L L D, F M U

TO

DEWAN BAHADUR

Sir S. Subrahmania Aiyar,

B.L., K.C.I.E., LL.D., F.M.U

THIS BOOK

IS

WITH KIND PERMISSION

MOST RESPECTFULLY DEDICATED

BY

THE AUTHOR

ఉ. దేవమునీంద్రకోటికి నిదే ముద మొప్పఁగఁ జేతు నంచు నా పావనమూర్తి శంకరుఁడు
పద్మవిలోకనుధ్యాననిష్ఠమైఁ జేవ వహించు రామసరసీరుహజన్మున నుద్భవించెద
శ్రావణశీలనుం డగుచు నార్తశరణ్యుఁడు మాధవుం డిలన్

ఉ. మాటల నాడుచు న్గురుని మానము మై భజియించునప్పుడుం బాటన మాని
సంస్కరణపద్ధతుల నెఱవేర్చు వేళలం బాటల నాలలం జరుపు పట్ల మతేపని
సైన రామునే చాటుచునుండె భావమునఁ జైద్యము నోవఁగ నిత్యయుక్తుఁడై

ఉ. నోరది నొవ్వ రాముని వినూత్నపుఁ బ్రేమ భజించి మోద మేపారఁగ ధర్మసంభృ
తివశాత్మక మెంతయు గావ మంచు లోనారసి గాన మభ్యసన మందఁగఁ గోరుచు
లక్ష్మలక్షణో దారులు నేరునాను గురుదర్శముఁ జూపుదు రంచు నెంచెగున్

మ. ఈవిధంబునఁ ద్యాగరాజు మహేశుమూర్తిశ నొప్పెఁ సద్భావభృంగము
మామనోహరివాదపంకిజవర్తిగా న్భావనాత్ముఁడు ధీయుతుండు వినమ్రశీలవిరాగి
యొండా వశంవదచిత్తుఁ గాంచి ముదాతిరేకతఁ బల్కెడున్

తే. సాన్ఁ బట్టంగఁ దేజోవిశాల మగుచుఁ దనరు మానికమును బోలె దైవభక్తి
పూజ్య మగు నీదు గానంబు పూర్ణ మగుచు వెలయు రామతారక మంత్రవిలసనాప్తి

చ. అమృతముఁ జిల్కు మోమును భయార్తిఁగలంగు శ్రితాళిఁ బ్రోచుహస్తము సుర
బృందశీర్షమణిసాంద్రమహస్ఫురణంబు పాదయుగ్మము, కరుణావిలోకసితకాంతి
ధరించి వరించి రామమూర్తి మనమునం బ్రసన్నుఁడయి దేవనలీయఁగడంగె నాతఁడిట్

ఉ. వీణను జేతఁ బూని తన వీనుల కింపు జనింపఁ బాడుచు న్గానఁగ నాయెనారదుఁడు
కంజదళాక్షుని కీర్తనంబుచే మేను గరంగువాఁడు మదుమి శ్రితవాక్చతురుండు
మించురూపు నెడువాఁడు గానమున నొజ్జయు నబ్జభవాత్మజం డొగిన్

మ. యతివేషంబును దాల్చి నీకడకు నే నాతిథ్యముం గోరి వచ్చితిఁ బ్రాతస్సమయంబున
న్మధురసశ్రీ లొల్కు నీగానమందలి మోదంబును బొందినాఁడఁ దగు దీవా విద్యనుం
బ్రోచియీ క్షితిపిం దోఁచెడు దోషసంగతులకు న్బ్రేమంబు సేకూర్చఁగన్.

సీ. గరళంబు మ్రింగని కార్తికేయుని తండ్రి జగములఁ జెఱుపని శంకరుండు
త్రిపురాసురుల నాజిఁ ద్రెంపని కఱకంఠుఁ డగ్ని నేత్రము లేని హరుఁ డతండు
పీయూషకరు జటాపింఛమందున లేని కొమారిమగఁడు వికత్థనుండు
సాధ్వి రతీదేవి జంటకన్నుల నీరు నింపని కైలాస నేత యతఁడు
ఇరువు రాలుల పోరున నీగకుండ నెమ్మది వహించు నీశుండు నిర్మలుండు
గానశాస్త్రము నుద్ధారకుని నెంచి యవతరించిన త్రిపురారి యతఁడుసుమ్ము!

P. S. RAMULU CHETTY, M R. A. S. (LONDON.)

పెట్టుగాల - ఎస్ - రాములు శెట్టి, ఎమ్. ఆర్. ఏ. ఎస్. (లండన్.)

HARMONIST.

మొదట రెండవ మూడవకూర్పులు 1000 ప్రతులు త్వరలో విక్రయింపబడి ఈ నాల్గవకూర్పు సిద్ధమైన విషయముచే సరసజనుల లోని యనేక గానవిద్యావినోదులును విద్యార్థులును సన్నాదరించి యున్నారని స్పష్టమగుచున్నది. నేను వేఱుగఁజెప్ప నక్కఱయుండదు. కావున నందఱకును వందనములు

ఈ నాల్గవకూర్పున క్రొత్తవిషయము లనేకములు గానవచ్చును అవి యెవ్వియన:—

(1) స్వరములు, జంటవరుసలు, అలంకారములు, ఇంగ్లీషునోటు, స్వరములు, వీనికి సాహిత్యములు క్రొత్తగ చేర్చబడినవి.

(2) త్యాగయ్యగారు, ముద్దుస్వామి దీక్షితులుగారు, పట్ణము సుబ్రహ్మణ్యయ్యగార్ల కృతులుమాత్రము అపరూపము లైనవిగా నేర్పఱచి ఇందు చేర్పనయ్యె.

మైసూరు జావళులు నాటకపాటలు రచియింపఁబడి, వాడుక లోనుండు హిందుస్థానిపాటలును ఇందుఁ బొందుపఱుపఁబడి యున్నవి.

విద్యార్థులకు గ్రంథములు లేనందున ఈపుస్తకమును అవసర ముగ అచ్చువేయించుటచే ఏదేనితప్పులిందు గానవచ్చును. అందులకై నేను మన్నింపబడుదునని ఎల్లఱును ప్రార్థితులు.

పి. యస్. రాములుశ్రేష్ఠి,

ఎమ్. ఆర్. ఏ. ఎస్, (లండన్)

5, సౌరిటన్ ముత్యాలమొదలివీథి, జార్జిటవున్, మదరాస్.

1. శ్రీరామప్రార్థన.

శ్రీసీతారమణీమణీహృదయ రాజీవార్కుఁ డార్యావన ।
వ్యాసంగుండు విపక్షరాక్షసచయవ్యాపాదనుం డిష్టల ।
క్ష్మీసంపాదనదక్షవీక్షణుఁడు మా శ్రీరాముఁ డైశ్వర్యవి ।
ద్యాసౌఖ్యంబుల నిచ్చి నిచ్చలును బ్రాపై మమ్ముఁ గాపాడుతన్ ॥

2 సీతాప్రార్థన

సీ॥ నిఖిలదేవర్షి వందిత దరిత్రీదేవి, కూర్మిమీరగగాంచు కొన్నబిడ్డ ।
పరమేష్ఠితుల్యప్రభావుఁడు జనకుండు, కోరికైకొని పెంచుకొన్నకొమిరె ।
దేవదేవాంశావతీర్ణుండు శ్రీరామ,మూర్తిచిత్తముఁగొన్న పుణ్యసాధ్వి ।
కన్నబిడ్డలపోల్కి గాగవించిప్రపంచ, మరసిరక్షించు లోకైకజనని ॥
భవ్యసౌభాగ్యభాగ్యసంపన్నురాలు, నిఖిలపతిదేవతావందనీయురాలు ।
సీతమాతల్లి నిరతంబు సేమమొసఁగు, కలికిచూపులమామీఁదఁ జిలుకఁగాత ॥

3. ఆంజనేయప్రార్థన

చ॥ అంజనశైలసన్నిభమహాయలదేహుఁడు విద్విషచ్చమూ ।
భంజన దివ్యసత్వనిరపాయుఁడు శ్రీరఘురామభావనా ।
రంజన శుద్ధమానసుఁడు రక్షితరామవభక్తలోకుఁ డ ।
య్యంజన కూర్మి బిడ్డఁడు నిరంతము నమ్ముఁ బ్రోచుఁగావుతన్ ॥

4. సరస్వతీప్రార్థన.

సీ॥ తారహారక్షీర శారదశారద, నీరదవర్ణ యేచారుగాత్రి ।
పుష్పచిట్పాప్రివృడంబుదగోత్రభిద్రత్న, ఓలదమ్మిల్ల యేలోలనేత్ర ।
స్ఫటికమాలాశుక వల్లకీపుస్తక, శుభ్రోత్కరాబ్జ యేశుభ్రచరిత ।
నతదేవమకుటరత్నప్రభాలాక్షారు,ణితపాదపద్మ యేనిత్యశుభిత ॥
అట్టిపికవాణి ఘనవేణి యజునిరాణి, పృషాలకలహంస కంఖాణి దృగ్జితైణి ।
వాణిమామక రసనసంవాసియగుచు, నెల్లవిద్యల నొసఁగి నన్నేలుఁగాత ॥

౫ విఘ్నేశ్వరప్రార్థన.

శా॥ పంచాస్త్రప్రతిపంథిముఖ్యగమన ప్రత్యాగమజ్ఞాపనా ।
ధ్యంచచ్చాననుఁ నప్రమత్తు నమరప్రోత్యర్థి విధ్వంసనున్ ।
చంచత్కాంచన వేత్రహస్తు మదుభిత్సౌధాంతర ద్వాఃపుర ।
స్సంచారున్ మహనీయసైన్యవిభు విష్వక్సేనుఁ గీర్తింపెదన్ ॥

మైసూరుజావళీలు.　　[రెండ

హిందుస్తానిపాటలు.

పరవశులైన హనుమంతునివలెన్ పర్వతనారదతుంబురు ప్రముఖులు గానవిద్యాసార మెఱింగి నాదబ్రహ్మత్వంబున ముజ్జగంబులం గీర్తినొందిరి

ఆనాదబ్రహ్మత్వం బనునదే, జీవాత్మ పరమాత్మైక్యసుఖయోగము. ఆయోగసంధానమునకు గానవిద్యయే, కారణము ఎట్లనఁగా— (1) ఆనందము. (2) పరమానందము (3) బ్రహ్మానందము (4) పరబ్రహ్మానందము ఈనాల్గింటిలో, కించుక సంతోషము గల్గుటచే దేహముపరవశం బగునది యానందము అపరవశముచేత దేహమునకుఁ బులకాంకురము గల్గుట పరమానందము ఆపులకాంకురముచేత బాష్పపూరితనేత్రములతోఁ బరమాత్మ స్మరణానురాగ హృదయస్థితిం గల్గించునది బ్రహ్మానందము ఆబ్రహ్మానందముచేత నాదబ్రహ్మస్వరూపస్థితి నెఱింగి, 'ఆనందో బ్రహ్మ' —యనెడు సుఖయోగ మనుగ్రహించునదియు, పరబ్రహ్మానందము.

ఇట్టి యానంద ప్రకాశాత్మకంబగు గాన విద్యాపాటవంబును, కావ్యరచనా పాటవంబును భూతదయాదార్శ్య సమయోచితజ్ఞాన పాటవంబును జన్మాంతర సుకృత పరిపాకములేక శాస్త్రంబు లభ్యసించినను లభించుటదుర్లభంబు.

అవ్విధంబగు విషయములందు గానవిద్యకు శాస్త్రంబుండియు నభ్యసించియు, గాంధర్వత్వములేనిది పట్టుపడదు. అట్టి గానవిద్యకు సాధనభూతముగ "గాంధర్వ కల్పవల్లి"—అనునామంబునం జెన్నపురి సుగుణవిలాస సభాసభ్యులును, గానవిద్యా విశారదులును, వైశ్యకులశేఖరులును, పెట్టుగల యస్, రాములుశ్రేష్ఠిగారు. వైణికులకును గానవిద్యార్థులకును ప్రాకృతజనాళికిని, సులభమార్గంబుగ, సుబోధంబుగ, నలపడునట్లు పండితజనాహ్లాదంబుగ స్వరజత, కీర్తనగీత తానవర్ణ రాగమాలికాదులును కర్ణరసాయనంబగు ననేక మృదుమధురఘనకృతులును స్వదేశాన్యదేశ సంభవ రాగభేద జావళీలును, నాటకపాటలును, వివిధగీతావళింగూర్చి గురుజనాపేక్ష లేకుండ యభ్యసించునట్లు, "గాంధర్వకల్పవల్లి"—యని సార్థకనామధేయంబిడి రచించినందులకు విద్వజ్జనశిఖామణులెల్లరును సంతసించుటకు నిస్సందేహయంబు, దానం జేసి విద్యార్థు లీగ్రంథరాజంబును బరిగ్రహింపక మానరని వచింపఁదగినది

ఇట్లు,

సిద్ధాంతజ్యోతిషాంధ్ర పండితులను,
శ్రీసిద్ధేశ్వరీ యాద్యనేకాంధ్ర గ్రంథకర్తలును,
వేపేరి - యస్పిజికాలేజి ఆంధ్రపండితులునగు
పాకాల అలూరు వాసుదేవ శాస్త్రులు.

గానలక్షణము.

సంగీతమునందు స - రి - గ - మ - ప - ధ - ని అని స్వరములు యేడు (సప్త స్వరము

స్వరముల ప్రకృతివికృతి భేదములు.

స్వరములు	ప్రకృతి.	సంజ్ఞ	వికృతి	సంజ్ఞ	వికృతి
స	షడ్జమము	స	లేదు	స	లేదు
రి	శుద్ధరిషభము	శు రి	చతుశ్శ్రుతిరిషభము	చ రి	షట్శ్రుతిరిషభము
గ	శుద్ధగాంధారము	శు గ	సాధారణగాంధారము	సా గ	అన్తరగాంధార
మ	శుద్ధమధ్యమము	శు మ	ప్రతిమధ్యమము.	ప్ర మ	లేదు
ప	పంచమము	ప	లేదు	ప	లేదు
ధ	శుద్ధధైవతము	శు ధ	చతుశ్శ్రుతిధైవతము	చ ధ	షట్శ్రుతిధైవత
ని	శుద్ధనిషాదము	శు ని	కైశికనిషాదము	కై ని	కాకలినిషాదము

ద్వాదశ స్వరముల నామములు

స్వరముల పేర్లు	సంజ్ఞ		శ్రుతి సంఖ్య
షడ్జమము	స		1
శుద్ధరిషభము	శు రి		2
చతుశ్శ్రుతిరిషభము	చ-రి	ఈ రెంటికిని ధ్వని ఒకటే	3
శుద్ధగాంధారము	శు-గ	ఈ రెంటికిని ధ్వని ఒకటే	3
షట్శ్రుతిరిషభము	ష-రి	ఈ రెంటికిని ధ్వని ఒకటే	4
సాధారణగాంధారము	సా-గ	ఈ రెంటికిని ధ్వని ఒకటే	4
అంతరగాంధారము	అం-గ		5
శుద్ధమధ్యమము	శు-మ		6
ప్రతిమధ్యమము	ప్ర-మ		7
పంచమము	ప		8
శుద్ధధైవతము	శు-ధ		9
చతుశ్శ్రుతిధైవతము	చ-ధ	ఈ రెంటికిని ధ్వని ఒకటే	10
శుద్ధనిషాదము	శు-ని	ఈ రెంటికిని ధ్వని ఒకటే	10
షట్శ్రుతిధైవతము	ష-ధ	ఈ రెంటికిని ధ్వని ఒకటే	11
కైశికనిషాదము	కై-ని	ఈ రెంటికిని ధ్వని ఒకటే	11
కాకలినిషాదము	ని		12
షడ్జమము	స		,,

శ్రుతి ఇం క్రింద వ్రాయబడును.

స్థాయి వివరణము.

షడ్జమము (స) మొదలుకొని ని. ప్రక్కన జేర్చవలసిన - స - వరకును వరుసగా వచ్చెడి స్వ... జేర్చి వకస్థాయి అని పేరు - అవి:—

(1) మంద్రము. (2) మధ్యము, (3) తారము అని మూడువిధములు.

(1) హృదయము ననుసరించిన తగ్గుధ్వని, మంద్రస్థాయి.

(2) కంఠము ననుసరించిన కొంత హెచ్చుధ్వని, మధ్యస్థాయి.

(3) మూర్ధ్వము ననుసరించి మరికొంత హెచ్చుధ్వని, తారస్థాయి.

మంద్రస్థాయి	మధ్యస్థాయి	తారస్థాయి
స̣ రి̣ గ̣ మ̣ ప̣ ధ̣ ని̣	స రి గ మ ప ధ ని	స̇ రి̇ గ̇ మ...

తాళ వివరణము

తాళమునకు అక్షరకాలమును తెలుపు తాళాంగములు అని ఆరు అంగములుగలవు ...

(1) అనుద్రుతము - ఇది 1 అక్షరకాలము దీనికి యీ ◡ వ్రాపడి గురుతు

(2) ద్రుతము = „ 2 దీనికి ౦ సున్న గురుతు

(3) లఘువు = ఇది 4 అక్షరకాలములు దీనికి । ఈగీటు గురుతు

(4) గురువు „ 8 „

(5) ప్లుతము = „ 12 „

(6) కాకపాదము = „ 16 „

(4)–(6): ఇవి యిందున అవశ్యము లేదు గాన గురుతులు చూపలేదు.

ముప్పదియైదు తాళములవిమర్శ పథకము.

సప్తతాళముల పేర్లు.	అంగసంజ్ఞ	చతురశ్రజాతి 4 అక్షరములు	త్రిశ్రజాతి 3 అక్షరములు	మిశ్రజాతి 7 అక్షరములు	ఖండజా 5 అక్షరవ
ధ్రువతాళము	1011	14	11	23	17
మఠ్యతాళము	101	10	8	16	12
రూపకతాళము	01	6	5	9	7
జంపెతాళము	1◡0	7	6	10	8
త్రిపుటతాళము	100	8	7	11	9
అటతాళము	1100	12	10	18	14
ఏకతాళము	1	4	3	7	5

యీ ——— గురుతు వేశియున్నచోట రెండవకాలమును అనగా ప్రథమకాలమును వలయుననియును గ్రహించవలయును. స్వరములకుముందు , ఈప్రకారము కామా అను తోకచు వక అక్షరకాలమువదలి పాడవలసినదనిన్ని అట్లు యెన్ని తోకచుక్కలున్నను అన్ని అక్షరకాలమ సినదనిన్ని గ్రహించవలయును

శ్రీ ర స్తు

శ్రీ గు రు భ్యో న మః.

ధ్యా న శ్లో క ము.

జయా రఘూ లోలా, జయా సురపాలా = జయా నుత శీలా, జయ వర ఖేలా ॥జయ॥

జయ భవశోషా, జయ మృదు భాషా = జయ మణిభూషా, జయాऽసుర శోషా ॥జయ॥

జయ మునీ సంగా, జయపదగాంగా = జయ రిపు భంగా, జయజల దాంగా ॥జయ॥

జయ రఘు రామా, జయ శుభనామా = జయ ముఖసోమా, జయ గుణధామా ॥జయ॥

రాగము-మాయామాళవగౌళ. ఆదితాళము - 8 అక్షరములు.

ఆరోహణము	స ,,	రి శు	గ అం	మ శు	ప ,,	ధ శు	ని కా	స ,,	అవరోహణము.	సని

I ఇది లఘువు				౦ ఇది ద్రుతము		౦ ఇది
ఘాత	చిటికిన వ్రేలు	అనామిక వ్రేలు	మధ్య వ్రేలు	దెబ్బ	ఊసి	దెబ్బ.
			ప్రథమ	కాలము		
సా	రీ	గా	మా	పా	ధా	నీ
సా	నీ	ధా	పా	మా	గా	రీ

ఇది లఘువు				౦ ఇది ద్రుతము		౦ ఇది
ఘాత	చిటికినవ్రేలు.	అనామికవ్రేలు	మధ్యవ్రేలు	దెబ్బ	ఉసి	దెబ్బ
ద్వితీయకాలము.						
సారీ	గామా	పాధా	నీసా	సాసీ	ధాపా	మాగా
తృతీయకాలము						
సరిగమ	పధనిస	సనిధప	మగరిస	సరిగమ	పధనిస	సనిధప
చతుర్థకాలము						
సరిగమపధనిస	సనిధపమగరిస	సరిగమపధనిస	సనిధపమగరిస	సరిగమపధనిస	సనిధపమగరిస	సరిగమపధనిస

ఇట్లు ఈక్రింద వ్రాసియుండు స్వరముల అన్నిటియందును, పైజెప్పిన 1, 2, 3, 4 క
సాధకము చేయవలయును.

2 సరిగమ - సరిగమ - సరిగమ - పధనిస
సనిధప - సనిధప - సనిధప - మగరిస ॥

3. సరిసరి - సరిగమ - సరిగమ - పధనిస
సనిసని - సనిధప - సనిధప - మగరిస ॥

4 సరిగమ - పాపరి - సరిగమ - పధనిస
సనిధప - మాపని - సనిధప - మగరిస ॥

5 సరిగమ - పాపా - సరిగమ - పదనిస
సనిధప - మామా - సనిధప - మగరిస ॥

6 సరిగమ - పమగరి - సరిగమ - పధనిస
సనిధప - మపధని - సనిధప - మగరిస॥

7 సరిగమ - పమధప - సరిగమ - పధని
సనిధప - మపగమ - సనిధప - మగ

8 సరిగమ - పాగమ - పా,, - పా,
గమపధ - నిసాపమ - గమపగ - మగ

9 సానిధ - నిధప - ధాపమ - పాప
గమపధ - నిధపమ - గమపగ - మగ

10 సపనిధ - నినిధప - ధధపమ - పాప
గమపధ నిధపమ - గమపగ - మగ

11 సరిగరి - గాగమ - పమపా - ధపధ
మపధప - ధనిధప - మపధప - మగ

హెచ్చుస్థాయివరుసలు.

1. సరిగమ - పధనిస - సా,, - సా,,

ధనిసరి - సనిధప - సనిధప - మగరిస ॥

*

2. సరిగమ - సరిగమనిస - సా,, - సా,,

ధనిసరి - ససరిస - సరిసని - ధపమప

ధనిసరి - సనిధప - సనిధప - మగరిస ॥

3. సరిగమ- పధనిస - సా,, - సా,,

ధనిసరి - గరిసరి - సరిసని - ధపమప

ధనిసరి - ససరిస - సరిసని - ధపమ

ధనిసరి - సనిధప - సనిధప - మగ

4 సరిగమ - పధనిస - సా,, - సా,,

ధనిసరి గమగరి- సరిసని - ధప

ధనిసరి - గరిసరి - సరిసని - ధప

ధనిసరి - ససరిస - సరిసని - ధప

ధనిసరి - సనిధప - సనిధప - మగ

1. ససరిరి - గగమమ - పపధధ - నినిసస
ససనిని - ధధపప - మమగగ - రిరిసస॥

2. ససరిరి - గగమమ - రిరిగగ - మమపప
గగమమ - పపధధ - మమపప - ధధనిని
పపధధ - నినిసస - ససనిని - ధధపప
నినిధధ - పపమమ - ధధపప - మమగగ
పపమమ - గగరిరి - మమగగ - రిరిసస॥

3 ససరిరి - ససరిరి - ససరిరి
రిరిగగ - రిరిగగ - రిరిగగ

గగమమ - గగమమ - గగమమ
మమపప - మమపప - మమపప -

పపధధ - పపధధ - పపధధ -
ససనిని - ససనిని - ససనిని -

నినిధధ - నినిధధ - నినిధధ -
ధధపప - ధధపప - ధధపప

పపమమ - పపమమ - పపమమ
మమగగ - మమగగ - మమగగ

4 ససరి - ససరి - సరి - ససరిరి - గగమమ

రిరిగ - రిరిగ - రిగ - రిరిగగ - మమపప

గగమ - గగమ - గమ గగమమ - పపధధ

మమప - మమప - మప - మమపప - ధధనిని

పపధ - పపధ - పధ - పపధధ - నినిసస

ససని - ససని - సని - ససనిని - ధధపప

నినిధ - నినిధ - నిధ - నినిధధ - పపమమ

ధధప - ధధప - ధప - ధధపప - మమగగ

పపమ - పపమ - పమ - పపమమ - గగరిరి

మమగ - మమగ - మగ - మమగగ - రిరిసస ॥

5 ససరిరిగ - సరిగ - ససరిరి

రిరిగగమ - రిగమ - రిరిగగ -

గగమమప - గమప - గగమమ -

మమపపధ - మపధ - మమపప -

పపధధని పధని - పపధధ -

ససనినిధ - సనిధ - ససనిని -

నినిధధప నిధప - నినిధధ -

ధధపపమ - ధపమ - ధధపప -

పపమమగ - పమగ - పపమమ -

మమగగరి - మగరి - మమగగ -

6 సాసరీరి - ససరీరి - సరిరిగగ - ససరిరి - సరిరి - సరిరిగాగమమ

రీరిగాగ - రిరిగాగ - రిగగమమ - రిరిరిగగ - రిగగ - రిగగమామపప

గాగమామ - గగమామ - గమమపప - గగగమమ - గమమ - గమమపాపధధ

మామపాప - మమపాప - మపపధధ - మమమపప - మపప - మపపధాధనిని

పాపధాధ - పపధాధ - పధధనిని - పపపధధ - పధధ - పధధనీనిసస

సాసనీని - ససనీని - సనినిధధ సససనిని - సనిని - సనినిధాధపప

నీనిధాధ - నినిధాధ - నిధధపప - నినినిధధ - నిధధ - నిధధపాపమమ

ధాధపాప - ధధపాప - ధపపమమ - ధధధపప - ధపప - ధపపమామగగ

పాపమామ - పపమామ - పమమగగ - పపపమమ - పమమ - పమమగాగరిరి

మామగాగ - మమగాగ - మగగరిరి - మమమగగ - మగగ - మగగరీరిసస ||

2

ధ్రువ తాళము । ౦ ।।

౧౪. అక్షర కాలము, చతురశ్ర జాతి

	।	౦	।	
౧	స రి గ మ	గ రి	స రి గ రి	
	రి గ మ ప	మ గ	రి గ మ గ	
	గ మ ప ధ	ప మ	గ మ ప మ	
	మ ప ధ ని	ధ ప	మ ప ధ ప	
	ప ధ ని ṡ	ని ధ	ప ధ ని ధ	
	ṡ ని ధ ప	ధ ని	ṡ ని ధ ని	
	ని ధ ప మ	ప ధ	ని ధ ప ధ	
	ధ ప మ గ	మ ప	ధ ప మ ప	
	ప మ గ రి	గ మ	ప మ గ మ	
	మ గ రి స	రి గ	మ గ రి గ	

	మఠ్యతాళము. |౦| ౧౦ - అక్షరకాలము చతురశ్రజాతి.				రూపకము ౦ | ౬ - అక్షరకాలము చతురశ్రజాతి.	
	|	౦	|		౦	
౭	సరిగరి	స రి	స రి గ మ	3	స రి	
	రిగమగ	రి గ	రి గ మ ప		రి గ	
	గమపమ	గ మ	గ మ ప ధ		గ మ	
	మపధప	మ ప	మ ప ధ ని		మ ప	
	పధనిధ	ప ధ	ప ధ ని స̇		ప ధ	
	స̇నిధని	స̇ ని	స̇ ని ధ ప		స̇ ని	
	నిధపధ	ని ధ	ని ధ ప మ		ని ధ	
	ధపమప	ధ ప	ధ ప మ గ		ధ ప	
	పమగమ	ప మ	ప మ గ రి		ప మ	
	మగరిగ	మ గ	మ గ రి స॥		మ గ	

	జంపె । ◡ ౦ ౧౦ - అక్షరకాలము మిశ్రజాతి				త్రిపుట, । ౦ ౦ ౭ - అక్షరకాలము త్రిశ్రజాతి		
	।	◡	౦		।	౦	౦
౪	సరిగసరిసరి	గ	మా	౫	సరి గ	సరి	గ
	రిగమరిగరిగ	మ	పా		రిగమ	రిగ	మ
	గమపగమగమ	ప	ధా		గమప	గమ	ప
	మపధమపమప	ధ	నీ		మపధ	మప	ధ
	పధనిపధపధ	ని	సా		పధని	పధ	ని
	సనిధసనిసని	ధ	పా		సనిధ	సని	ధ
	నిధపనిధనిధ	ప	మా		నిధప	నిధ	ప
	ధపమధపధప	మ	గా		ధపమ	ధప	మ
	పమగపమపమ	గ	రీ		పమగ	పమ	గ
	మగరిమగమగ	రి	సా ॥		మగరి	మగ	రి

	అటతాళం.||OO					ఏకతాళం |
	౧౪-అక్షరకాలము					౪-అక్షరకాలము
	ఖండజాతి					చతురశ్రజాతి
	|	|	O	O		|
౬	సరిగా	సారిగా	మా	మా	౭	స రి గ మ
	రిగామా	రీగమా	పా	పా		రి గ మ ప
	గమాపా	గామపా	ధా	ధా		గ మ ప ధ
	మపాధా	మాపధా	నీ	నీ		మ ప ధ ని
	పధానీ	పాధనీ	సా̇	సా̇		ప ధ ని స̇
	స̇నీధా	సా̇నిధా	పా	పా		స̇ ని ధ ప
	నిధాపా	నీధపా	మా	మా		ని ధ ప మ
	ధపామా	ధాపమా	గా	గా		ధ ప మ గ
	పమాగా	పామగా	రీ	రీ		ప మ గ రి
	మగారి	మాగరీ	సా	సా||		మ గ రి స||

సరిగా - రిగమా - గమపా - మపధా

స̇నిధా - నిధపా - ధపమా - పమగా

సరిగ - రిగమ - గమప - మపధ -

స̇నిధ - నిధప - ధపమ - పమగ -

అలంకారములు

సంపూర్ణము

మలహరిరాగము - రూపకతాళము 6

ఆరోహణము	స	రి	మ	ప	ధ	స	అవరోహణము.	సప్త
	,,	శు	శు	,,	శు	,,		

1 మ ప - ధ స స రి । రి స - ధ ప మ ప । రి మ - ప ధ మ ప । ధ ప - మ గ రి స ।
శ్రీ ఇ - గ ణ న ధ । సింధు - ఉ ర వ ర్ణ । క రు - ణ స గ ర । క రి - వ ద అ న ।

సా - రి మ గ రి । స రి - గ రి సా । రి మ - ప ధ మ ప । ధ ప - మగరిస॥ సా॥
లం - బొౕ ద ర । ల కు - మి క రా । అ ం - బ అ సు త । అమ - ర వి ను త॥ లం॥

మ ప - ధ స స రి । రి స - ధ ప మ ప । రి మ - ప ధ మ ప । ధ ప - మ గ రి స ॥సా
సి ద్ధ - చ అ ర ణ॥ గ ణ - సె ఎ వి త । సి ద్ధి - వి న య క । తె ఎ - నమొనమొ॥ లం

మ ప - ధ స స రి । రి స - ధ ప మ ప । రి మ - ప ధ మ ప । ధ ప - మ గ రి స ॥సా
స క - లవి ద్య అ । ఆ ది - పు ఉ జి త । స అ - ర్వోఒ త్తమ । తె ఎ - నమొనమొ ॥లం

మలహరిరాగము—రూపకతాళము 6.

2. ధ ప - మ గ రి స । రి మ - ప ధ మ ప । ధ రి - రి స ధ ప । ధ ప - మ గ రి స ।
కుంద - గ ఉ ఉ ర । గ ఉ - రి ఇ వ ర । మం - ది ర అయ । మ అ - న మ కు ట ।
సా - రీ రీ । ధ ప - మ గ రి స । స రి - మా గ రి । స రి - గ రి సా ॥
మం - దా రా । కు సు - మ అ క ర । మ క - రం దం । వ అ - సి తు వా ॥

ధ ప - మ గ రి స । రి మ - ప ధ మ ప । ధ రి - రి స ధ ప । ధ ప - మ గ రి స ।
హేమ-కు ఉ ఉ ట । సిం - హా అ స న । వి రు - ప అ అక్షు । క రు - ణ అ క ర ।
సా - రీ రీ । ధ ప - మ గ రి స । స రి - మా గ రి । స రి - గ రి సా ॥
మం - దా రా । కు సు- మ అ క ర । మ క - రం దం । వ అ - సి తు వా ॥

ధ ప - మ గ రి స । రి మ - ప ధ మ ప । ధ రి - రి స ధ ప । ధ ప - మ గ రి స ।
చంద - మ అ అ మ । మం - ద అ కి ని । మం - ది ర అయ । మ అ - న మ కు ట ।
సా - రీ రీ । ధ ప - మ గ రి స । స రి - మా గ రి । స రి - గ రి సా ॥
మం - దా రా । కు సు - మ అ క ర । మ క - రం దం । వ అ- సి తు వా ॥

మలహరిరాగము—త్రిపుటతాళము. 7.

3. ధసస - ధపమప । ధధప-మమపా । ధధస - ధపమప । ధధప - మగరి స।

కెరయ- ని ఇరను । కెరుగ-జ అ ల్లీ । వర వ- పడదవ రం తి - కఅణిరో।

సరి రి - సరి సరి । ధధప - మగరి స । ధపధ-సాధ ప । ధధప - మగ రి స॥

అరియ - కరుణద । శఅద - భఅగ్యపు । హరిస -మార్పణ । మఅడి- బ్రతికెరు॥

ధసస - ధపమప । ధధప - మమపా । ధధస - ధపమప । ధధప - మగరి స।

శ్రీ ఇపు- ర ం దర । విఠల - ర అయా । చరణ - కమలవ । నొబడి- బ్రితికెరు।

సరి రి - సరి సరి । ధధప - మగరి స । ధ పధ- సా ధ ప । ధధప - మగరి స॥

అరియ- కరుణద । శఅద -భఅగ్యపు । హరిస - మార్పణ। మఅడి- బ్రితికెరు॥

మలహరిరాగము—త్రిపుటతాళము 7.

4. రి స ధ - సా సా । మగరి - మమపా । సధా - ధ పమప । ధ ధ ప - మగరిస ।
పదుమ - నా భా । పరమ - పురుషా । పరం - జ్యోఒఒతి। స్వరుడ - పఅఅఅ ।
విదుర - వంద్యా । విమల - చరితా । విహం- గ అఅ ధి। రొఒహా - ణఅఅఅ ।
పమప - ధసధస । రిసధ - ధస ధప। ధధప - పాప్పమ । రి మమ - పా పా ।
ఉద ధి - నివఅస । ఉరగ - శయఅన । ఉన్న - తోన్నతి। మహిఇ - మాఅ ।
ధ ధ ప - పాప్పమ । రి మ - మగరిస । సాస్స - ధధధప । పాప్ప - మగరి స ।
యదుకు- లోత్తమ। యజ్ఞ - రఅక్షక । యజ్ఞ - శిఇక్షక । రామ - న అఅమ ।
ధసా - ధపమప । ధధప - మగరిస । ధసా - ధపమప । ధ ధ ప - మ గ రి స ।
నిభీ - షణాఅ । లకఅ - నమొనమొ । ఇభా - వరద అ । యకఅ - న మొనమొ ।
పమప - ధ సధ స । రి సధ - ధస ధప । ధధప - పా ప్పమ । రిమమ - పాపా ।
శుభఅ - ప్రదసుమ । నొఒర - ధఅయసు। రెంద్ర - మానొఒ । ర ం జ - నాఅ ।
ధధప - పాప్పమ । రి మ - మగరిస । సాస్స - ధ ధధ ప । పాప్ప - మగరి స॥రి॥
అభిఇ - నావ్వాపు । రంధ - రఅఅవి । తాల్ల - ధఅల్ల రి । రాము - న అఅమ॥ప॥

శుద్ధసావేరి రాగము—త్రిపుటతాళము. 7.

ఆరోహణము.	స	రి	మ	ప	ధ	స	అవరోహణము.	స ధ
	,,	చ	శు	,,	శు	,,		

6 రి మ రి - రి స ధ స । సా స్స - ధ ప మ ప । ధ ధ స - ధా ధ ప । ప మ రి - ధ ధ
అ అ న - లె ఎ క ర । పూ న్ని - బొ ఒ ల్ల తి । స క ల - శా స్త్ర ఫు । ర అ ణ - ధి ఇ

పా ప్ప - ధ ధ ధ ప । పా ప్ప - మ ప ధ ప । ప మ రి - స రి స రి । ;, మ ప స రి స
తా ళ - ధి ఇ న ం । తా ళ - ప రి ఘు తు । రె ఎ రె - అ అ అ అ । అ అ అ - అ అ అ

ప ప ధ - ప ప మ రి । రి స రి - మా మా । ధ ప ధ - సా సా ॥ రి రి స - ధ స మ ప
అ అ అ - అ అ అ అ । నె ఎ తు - వా హా । ప రి ఘు - తం నం ॥ జ ట అ - జు ఉ ఉ ట

ధ ధ స - ధా ధ ప । ప మ రి - ధ ధ ధ ప । పా ప్ప - ధ ధ ధ ప । పా ప్ప - మ ప
స క ల - శా స్త్ర ఫు । ర అ ణ - ధి ఇ న ం । తా ళ - ధి ఇ న ం । తా ళ - ప రి ఘ

ప మ రి - స రి స రి । ప మ ప - స రి స రి । ప ప ధ - ప ప మ రి । రి స రి - మా మ
రె ఎ రె - అ అ అ అ । అ అ అ - అ అ అ అ । అ అ అ - అ అ అ అ । నె ఎ తు - వా హ

ధ ప ధ - సా సా ॥
ప రి ఘు - తం నం ॥

ఈ నోటుస్వరములలో విశేషముగా గమకములు రావు ఈ స్వరములన్నియు శంకరాభరణరాగమే. ఇవి గతిగానుండును నోటుస్వరముల సాహిత్యములు కొన్నిచోట్ల హ్రస్వ స్వరాక్షరములకు సాహిత్యాక్షరములు దీర్ఘమ నప్పటికిని హ్రస్వ స్వరాక్షరములకు దగినట్లు సాహిత్యదీర్ఘాక్షరముల నిమిడించి సాహిత్యశబ్దములు దోచునట్లు ప సాహిత్యములు పాడుటకును, వీణలో వాయించుటకును సులభమై రంజనముగా నుండుటయుగాక ప్రథమాభ్యాస యోగకరమై యుండును.

1 శంకరాభరణరాగము—తిశ్రలఘు

ఆరోహణము.	స ,,	రి చ	గ అం	మ శు	ప ,,	ధ చ	ని కా	ṡ ,,	అవరోహణము	ṡ ని ధ

గ గ్గ గ మ గ । రి స రి సా , । స్ీ స రీ న్ని । సా రి గా స ॥ గ గ్గ
శ క్తి స హి త । గ ణ ప తిం । శం క రా ది । సే వి తం వి ॥ ర క్త

రి స రి స రి గ । మా గ రి గ స । ప స ని సా , ॥ రీ , నీ ప । సా గ రి ,
ము ని వ ర సుర । రా జ వి సు త । గు రు గు హం ॥ భ క్తా ళి । పో ష కం

రి గ రి ని ప । సా గ రీ , ॥ ప ధ ప మ ప మ । గ మ గ రీ , । స రి
భ వ సు తం వి । నా య కం ॥ భు క్తిము క్తిప్రదం । భూషితాంగం । ర క్షి

ధ ని ధ సా , ॥ గ ॥
భా వ యా మి ॥ శ ॥

2. శంకరాభరణరాగము—తిశ్ర లఘు

స రి గ రి స ని । ధ ధ ధ ని స । రి ర్రి రి గ మ । ప ప్ప సా , ॥ స
గు రు గు హా ప ద । పం క జ మ తి । గు ప్త మ ని శ । మా శ్ర యే ॥ ని

ధ ధ ధ ని స । రి ర్రి రి ని రి । స స్స సా , ॥ ప గ ప ప గ ప । మ
జ ప్రి కా శ క । ని త్య సు ఖ ప । ల ప్రి దం ॥ నీ ర జ నా భ పు । రం

గ స గ గ స గ । రీ ని ధ ప ॥ ప ప్ప స ని స । ధ ద్ధ ధ రి స । ని ధ
వా రి జ సం భ వ । వే ది త వ్యం ॥ అ త్రి శు క వ । సిష్టవామదే । వా

స స్స సా , ॥ స ॥
వం ది తం ॥ గు ॥

3 శంకరాభరణరాగము—చతురశ్రం.

ప మ గా గ మ రీ । రి గ సా సా సా ॥ రి గ మా మ ప గా । గ మ రీ రీ రీ
క మ లా స న వం । ది త పా దా బ్జే ॥ క మ నీ య క రో । ద య సా మ్రా జ్యే

ప మ గా గ మ రీ । రి గ సా సా సా ॥ రి గ మ గ రి స ని స । రి గ సా సా సా
క మ లా న గ రే । స క లా కా రే ॥ క మ ల న య న ధృ త । జ గ దా ధా రే

ప మ గా స̇ ని ధా । ధ ప ప మ గ మ రీ । ప మ గా స̇ ని ధ ప । మ గ రీ రీ రీ
క మ లే వి మ లే । గు రు గు హ జ న నీ । క మ లా ప తి సు త । హృ ద యే మా యే

ప మ గ ప మ గ రి మ । గ రి సా సా సా । గ మ పా పా పా । సా̇ పా పా పా
క మ ల శ శి వి జ య । వ ద నే మే యే ॥ క మ లేం ద్రా ణీ । వా గ్దే వీ శ్రీ

సా̇ పా పా ధ ప । మ గ మా రీ రీ ॥ గ మ పా పా పా । సా̇ పా పా ప
గౌ రీ పూ జి త । హృ ద యా నం దే ॥ క మ లా క్షీ పా । హీం కా మా క్షీ

సా̇ సా̇ గ మ ప మ । గ రి సా సా సా ॥
కా మే శ్వ ర వ ర । స తి క ల్యా ణీ ॥

శంకరాభరణరాగము—ఆదితాళము

ఆరోహణము	స ,,	రి చ	గ అం	మ శు	ప ,,	ధ చ	ని కా	స ,,	అవరోహణము	స ని

ప॥ సామి నిన్నే కోరి - చాల మరులుకొన్నదిరా ॥
అ॥ తామసము సేయక - దయజూడరా కుమారా॥
చ॥ నీరజాక్షీ నీపై ॥

। లఘువు	ం ద్రుతము.	ం ద్రు
ప సా ,, - నిసధనిపా - మపగామా	పా - ధనిపా - ధని	సరి - సనిధప -
సా ,, - అఅఅఅమీా - ని ఇఈ ఈ	నే - ఎఏ - కొఒ	ఒఒ - ఒఒఒఒ-
సాసధపమ - పాపమగరి - సరిగరి	సనిధనిసా - పమ	గ - రిగమ - పా
చాలఅఅఅ- మారుడఉఉ - లుఉఉఉ	కొఒఒఒఓ - నఅ	అ - దిఇఇ - రా

అ	సాధధపమ - ధపామ - గపగా - మరి	గ మ ప - ధధప - మ ప	ధనిసనిసా ॥ రి
	తాలలలల - అమాల - సలల - అల	ముఉఉ - సెవ - యల	అలలలకా ॥ అ
	మగరి-స స రి - సనిధప - ధనిసరి - సా	స ధ ప - పామగరి	సమగమ - పాధ
	దలల-యలల -జుఉఉఉ - డలలల - రా	అలల - ఆలకుఉ	ఉమలల - రాల
ఎ	సరినిస - ధనిస - పధనిస - ధప - మపధ	మ ప - గమప - రిగమ	సరిగమ - పధని
	రి గ మ గ - రిగరిస - నిపధని - సాపా	సనిధ - పామగరి	సరిగమ - పధని
చ	పాదనిస - స నిధప - మగరి - గామా	పా - మధాప - సని	ధప - మగమ -
	నీ ఇఇఇ - రలలజ - ఆలల - ఆ ఆ	జీ - ని ఈ ఇ - రఇ	ఇఇ - ఇ ఇ ఇ -
1.	పా , మా , పా , గామా - రిగ	సా , - రి , నీ	, - సారిగామ
2	పథాపమగ - మపామగమ - రిగారి	నినిధని - పధనిస	రి , - నిసరిగమ
3	మాధపమగ - మాపగమ - రిగసా - ని	సమగరి - సనిధని	సరిగమపా - గమ
	పధని - పధనిసరి - సగరి - సనిధని	సారినిధ - పాధ	మగరిసా - రిగమ

4 పామపగమ - రిగసా - మగరిసనిస	ధానిస - రిసనీ	సరిగమ - పాధప
సాని - రీస - మగరిగసా - నిప - ధని	సాసా - నిధపా	మగరిసా రిగమ

కల్యాణిరాగము—ఆదితాళము.

ఆరోహణము.	స	రి	గ	మ	ప	ద	ని	స	అవరోహణము.	స ని
	,,	చ	అం	ప్ర	,,	చ	కా			

ప ॥ వనజాక్షిరో - యీవిరహమోర్వనే - వాసుదేవునితోడితేవే ॥

అ ॥ వినవేనాగపురమున వెలయుసౌందరరాజుని ॥

చ॥ నిలుపరాని మోహమాయె ॥

ప ససాసనిధ - రిసని - నిధధపమ - గమ	పధనిధా - రిసని	ధపమ - గమపధ
వనాజఅఅ - క్షిఇఇ- రొఒఒఒ- ఇ ఇ	విఇఇరా - హాఅఅ	మొఒఒ- ర్వాఅఅ
సరిగరిస - నిసరిసని - రిసని - ధనిధ	సీ - ,, - ,, సని	ధపమ - గమపధ
వఅఅఅఅ - సుడఉఉఉ- దెఎఎ-వుడఉ	నీ - ,, - ,, తోఒ	డిఇఇ - తెఎఎ

అ.	పామగ - నిథా - గధపామ - గరిసని	సరిగమా , - గమ	పగా - మనిధనిప
	వీ ఇ ఇ - ఇనా - అఅ వే ఎ - నఅగఅ	పుడుడురా , - ముడు	ఉనా - అఅఅఅఅ
	ధనిసరీ - సరిగ - స రి గ రి - సనిధని	ధగరిసనిధ - సని	ధపమ- గమపధని
	వెఎఎలా- యుడుడు- సడుడుడుం- దఅఅఅ	రఅఅఅఅఅ - రఅ	అఅఅ- జుడుడుడని
ఎ	సరీ - నిసని - ధసీ - సనిధప - మగరి	సరిసపామ - దా	ప-నిద - రిసనిధని
	ధగరి- నీరి - నీస - థాని - పధనిస	గరిసాం - నిధపా	మగరి - గమప ధని
చ	నీ ,, - ,, సధ - సనిధపమ - గమా	పా ,, - ,, మప	ధనిప - ధనిధరిస॥
	నీ ,, - ,, లుడు - ఉడుపఅఅ - రఅ	నీ ,, - ,, మొఱ	హాఅఅ - మఅఅ
1.	పా ,, - మాగారీ- థామాగా	రీ - నీ సా రీ	గామాపాథా ॥
2.	పాధపా- మగమ - పామగారిసని	పా రి నీ స ధ ని	పారిగామపధ ॥
3.	నీ ,, ,, - సరి - నిసని - ధనిధపమ	సా - ధనిధపధ	పమపమ - గమప
	నిపనిగ - రిగసరి - నిసారి - సరినిస	ధనీ - సనిధపమ	గమపథా - నిగరి

4 రి ,, - ,, ధ గ రి స ని ప - ధనిసరి | సా ,, - ,, సని | ధః మ - గామః ధ
మాపధని - పాధనిస - రీసని - ధని | సనీధపమ - గమ | పధ - పనిధా ,, -
ధనిసరి - రిగగమ - గరిసని - సరిసని | ధసనిధ - పనిధప | మ - గామాపాధ ॥ గీ

తోడిరాగము—ఆదితాళము.

ఆరోహణము.	స ,,	రి శు	గ సా	మ శు	ప ,,	ధ శు	ని కై	స ,,	అవరోహణము	స ని ధ

ప॥ ఏరనాపై నింతచౌకశాయ - మేరగాదుర నాసామి ॥
అ॥ మరునిగన్న - శ్రీవెంకటేశ సుకుమార నన్నేలుకోర - సరసుడ ॥
చ॥ దానిమాటలువిని - ఇంతపాపమేలర ॥

ప సా , సనిధ - ంధని - నిధప - మగమరి | ధ ప ప మ - గ రి స రి | గమప - గ మ ప
ఏ , రఅఅ - నఅఅ - పఇఇ - నిఇఇంత | చౌఉఉక - అఅశఅ | అఅఅ - య అఅ

	సరిగరిసని - ధనిసనిధప - మగమని	ధా ,, - ,, సని	ధపమ - గమ
	మెఎఎరఅఅ - గఅఅదుఉఉ - రఅఅఅ	నా ,, - ,, సఅ	అఅఅ - మిఇ
అ	నిధధని - ధపమ - గమనిధమ - గరిస - మ	గమ - పధని - నిధప	ధనిసనిసా ॥
	మఅఅఅ - రుఉఉ - నిఇగఅఅ - న్నఅఅ - శ్రీ	ఇఇ - వెం - కఅఅ	టఎఎఎశా ॥
	ధని - సరిగరి - సగరిసాని - నిధనిస	ధగారిసని - ధని	, ధపమ - గ
	మఅ - అఅరఅ - నఅఅన్నేఎ - లుఉఉఉ	కొాఓరఅఅ - సఅ	, రఅఅ - స
ఎ	సరిసని - ధనిసానిధ - నిధపమ - గమ	సధని - ధనిస - నిధ	నిస - నిరిసా
	ధనిదగ్గరి - రిమ్మగరి - సనిధప - ధనిస	నిసరి - ధనిప - మధ	ని - గరిని - ధ
చ	ధా , ని - రిససని - నిధప - గారిసరి	గా , మా , - పధ	ని సా - నీధప
	దా , ని - మఅఅఅ - టఅలు - వీఇనిఇ	ఈం, తా , - పఅ	అహా - మేలఅ

1.	గామాగరి - నిరిసా - ధనిసరి - నిరి	, రి - రిగమధా - ని	ధామ - గామ
2	ధానిధపమ - గమధపా - గారిసని	సారిగమప - సరి	గమా - నిధమ
3	ధనిధమగమ - నిధమగరిస - ధమగరి	స - గరిని - ధనిరిని	ధనిసరిగమ -
	ధని - సరిని - ధనిసరిగరిని - ధనిధమ	గరిస - గరినిధమ	గరిస - నిసరిగ
4.	పదనిసాని - ధనిసనీధ - రిసనిద	పామ - గామనిధ	పధనిస - ధా
	నిధమగరిస - ధమగరిస - రిగమధని	రిసానిధప - సని	, ధపమ - గా
5.	సా , ని - ధనిసా , ని - సా , నిధప	ధనిధా,, - పధ	నిధప - గామ
	రినిధమగరి - నిధమగరిని - ధమగరి	ని - ధనిసరిగమధ	సరిగమ - ధమ
	సరిగరీని - ధనిగరీని - ధనిధధ	, మ - గమనిధామ	గమధమధని -
	గమగరిని - ధనిగరినిధమ - గమగరి	స సా - ససానిధ	మగరి - నిసరి

భైరవిరాగము—అటతాళము.

ఆరోహణము	స ,,	రి చ	గ సా	మ శు	ని కై	ద శు	ని కై	స ,,	అవరోహణము	స

ప॥ విరిబోణీ నిన్నే కోరి మరులుకొన్నదిరా ॥
అ॥ సరసుడౌ దక్షిణద్వారకస్వామి - శ్రీరాజగోపాలదేవా ॥
చ॥ చిరునవ్వు మోమున ॥

। లఘువు । లఘువు	౦ ద్రుతము	౦
ప॥ సా , రిన్నీద్దా ॥ న్నీసారీ ,, - గసరీ ఆ , అఆఆ ॥ విరిబో ,, - ఒఒఓ		
గరిగగరీ ,, - గగరిగ - మపధమ - పగరిస ఒఒఒణీ ,, - నిఇఇఇ - ఇ ఇ ఇ ఇ - ఇఇఇఇ	నిసమగరిస - నిస న్నెఎఎఎఎ - కొఒ	రిగ - సరిస్ ఒఒ - ఒఒ

సగరిని - సనిదప ॥ పదపద - నినిదప - దనిసరి		
రిఇఇఇ - ఇఇఇఇ ॥ మలరుడ - లుఉఉఉ - ఉఉఉఉ		
పధ ॥ స - రిగమప - మగరిగ- మనిధప - మగరిని	సరిగమగరి - గగ	రి ,, - సని
కొఒఒఒ - ఒఒఒఒ - సఅదిఇ- ఇ ఇ ఇ ఇ - ఇ ఇ ఇఇ	ఇఇఇఇరఅ - అఅ	అ ,, - అఅ
అ॥ మగరి - సారినిధ ॥ సనిధప - మగరిగ - మనిధప		
అఅఅ - ఆఅఅఅ ॥ సఅరఅ సుఉఉఉ - షఉఉఉ		
మగరి - పమ గరిస - పధ నిసరిగ - నిస్మరిగమప	ని ని ధ - పాధమప	గరిగమ - ప
ఉఉఉ - ఉఉఉఉఉ - దఅఅఅఅ - తీఇణఅఅఅ	ద్వాఅఅ - ఆఅ అఅ	అఅఅఅ - ర
పధనిస - రిగమగ - రిగసరి - నిగ రిస - నిధనిస		
స్వాఅఅ - అఅమిఇ - ఇఇఇఇ - శ్రిఇఇఇ - ఇఇ ఇఇ		
గరిరిస - సనినిధధప మనిధప - మగరి - గరిస	నిస రిగ - మపధని	నినిధ - ధా
తఅఅఅ - అఅఅజగొఒ- ఒఒఒఒ - పఅఅ - అఅల	దెఎఎఎ - ఎ ఎ ఎఎ	వఅఅ - ఆ

మగరి - సారిన్నిధ ‖ ఆఅఅ - ఆఅఅఅ ‖ గగరిస - రిసన్నిని - ధ ని స రి సరసవి - తరణను - గుణచతు		
మపప్ప - ధధన్నిని - ప ప ప - ధ ధ ధ - నినిని-ససరి ర తి క లి - గినవార -యనుచు- మగువ -మదిని-దలచి	ప ధ ని స - రి గ మ ప మదువిరి - శరముల	ధపమధపా - పరవశమై -
ధధ - ధపపమ - నిదని - ప ధ ని-మః ధని - సరినిధ హాభ-రమునను - అలసి - సొలసి-నినుగల-యుటకిది		
మగ రి స రి - నిసరి - రిగామఃధ - మ పా ధ ని స తరుణమని - బిలిచె - పరాకువల - దురాయికను	నిరిస ని ధ - సా బిరానమన - సా	నిధప - పా రతను - సా
గరి - సా , రి నిధ ‖ కుసు - ర , మ్మనర ‖ వి ‖		

చ॥ ,,,, - ,,,, మామా - ధపధమపగమా		
,,,, - ,,,, వీ రూ - నడుడుడుడు డూ		
పా ,, - పా ,, - మపనినిధపమగ - మనిధప	మగరిగ - మపధ - మ	ప - మధాం
డూ ,, - డూ ,, - మొఒఒఒఒఒఒఒ- ఒఒఒఒ	ఒఒఒఒ - ఒఒఒ - ము	న - అ ఆ ఆ
సనిధప-మగరిగ ॥మానీ-థానిధ-పాధప-మాపమ-గమ		
అఅఅఅ-అఅఅఅ॥చీరూ-నాడుడు-డూడుడు-డూడుడు-డుడు		
పా ,, - పా ,, - మపనినిధపమగ - మనిధప	మగరిగ - మపధ - మ	ప - మధాం
డూ ,, - డూ ,, - మొఒఒఒఒఒఒఒ - ఒఒఒఒ	ఒఒఒఒ - ఒఒఒ - ము	న - అ ఆ ఆ

1 గా , రీస - నీ , ధాపమా , - పధానిస
రా , జాణ - పై , యింతనీ , - కిదేటిచ

నిరీ - నిసరిగమగమా- నినిధధ - నీధధమ | మపమ - మాగరిగ | నినిధధ
లమా- వలదురగను మా - చెలియవి - రాలిగొని | అలసి - యున్నదిర | యికసుడ

గరిస - నిసారిగ ॥
లుకొను - ముసామిగ ॥ వీరా ॥

2 నినిధ - ధాని ధధమా , - నిధపమా , - ధపమ
సొగసు - నీహొయలు నీ - కరుణ నీ , - ఘనత

గరి - గామపధ- మపాధ- పధనిధ- నిసరిస | నిగరి - నీధపధ | మపామ -
లతా- నెన్నుచను- నిరంత- రముమన- మునవల | చినది - నీదుపద | ములాన -

{ మ. / ప }

1 గా , రిస - ని , దాపధా , . గానిస
రా , జాగ - పై , యలుపీ , - కిదేటచ

ని రి - ని స రి గ మ గ మా- ని ని ధ ధ - నీధ గమ | మమ - మా గరిగ | ని ని ద ధా - మమా
లమా- వ ల దు ర గ న మా - నెలియవి -రాఫిగాని | అలపి - యున్నదిర | యుక చు దా - స న్నే

గ రి స - నినా రి గ ।
లుకోను ముసామిగ ॥ సిరా ।

{ దా / వి }

2 ని ని ధ - ధా ని ఒధమా , నిదపమా , - ధమ
సొగసు - సీహా యల నీ - కిరణనీ , - ధపత

గ రి - గా మ స ధ- మ పా- పధ ని ధ- ని స సి | నిగరి - నీనపద | మగామ - గ రి స రి
లతా- నెన్నుచును- విరంతి గముమున- మునపల | గిరి - సిదుండ | ములప - ఎగుపలు

ని ధా ని - ప గరిగ ॥
పుడాశ్రి - పలుప । చిరా ॥

3 సా రిగ - నరి గా - రీ,, - సీ స - ని ప రీ
సారిగ - నిముకో - రీ,, - మోహాము- మితిమీ

సా, రి - ని న్ని ధ- గా రి స - , దాని | సా , - ధా ని పరి | గ ని ప - రి , -
రీ, - యున్నది- జా, గేల - గా, వేర | బా , - గాయెనిరి | సగుకట - ర ,,

ని స గ రి రి - ని స స పా - మ గా రి - మాగ
వగవరూపు మరునియేపు ముఖంబు సరోజం

రిగామ పధ మ - నిని ద ధా ని - ధద పా మ | గ రీ - గామపధ | పపగమ - పా ,, -
బునెరి - కురులును - మధుక రంబు - గళముక బు | మరా - ళంబునడ | హితమతి- ర ,, -

నిస-నిగ - రిమ -గప-మధ-పనిధని-పధ మప -గ రి		
అధి-మరు -నియ -లవి-రి శ-రనికర-ములకు వె-ఱచి		
గమపమ - ప ధ ని స - నిసనిగ రి గ - ని సనిరి స రి	నిరి సని - ధపధ - మ	పధనినిసా -
నిను శర - ణమనియొ - నెరతనమును - దొరతనమును	నెరవడి - విడిచి - గు	రినిలిపి మా-
సస రిరి గ గ - మగగరి - మగరిస - ని గ రి స - నిరి		
తిముద మొదవ-ఘనముగ- మదవతి - నియొదను - తగ		
స ని ధ ప - ధని సరి- మమపప - ధ ధ ని ని-ధగ రిని	, ధరిసనీ - ధని	ధధని - ధధ
ద య గ లి - గిబిగికొ- గిలిఇచ్చి - నె ర స ర -సతసమం	, బుగరతీ - సలు	పనిది - త
గ రి స - నిసా రిగ॥		
వి ఇ ను - తఅరుణీ॥ వీరూ ॥		

మోహనరాగము—ఆదితాళము

ఆరోహణము	స	రి	గ	ప	ధ	స	అవరోహణము	స ధ
	,,	చ	అం	,,	చ	,,		

ప గగ - పాధసధాసా - గాపాధసధా - సధధప - పగధప - గపగరిసరి ॥

సుద - త ఇ ఇ ఈ ఈ - నామోఒఒఓ - ఒఒహాఅ - నఅఅఅం గుడునిఇఇఇ॥

గా - రిగధపధ - గధపగరిసా - ధాసరిగ - ధపాగరిసరి ॥ గగ ॥

గా - రడములుస - లుపతగునెసా - ధారణము - గనీవుదెలిసి ॥ సుద ॥

తోడిరాగము—ఆదితాళము.

ఆరోహణము	స	రి	గ	మ	ప	ద	ని	స	అవరోహణము.	స ని
	,,	శు	సా	శు	,,	శు	కై	,		

సరిగా - గరిరీసా - నిధనీసా - సా - ధపపమ - గా - గరిసని ॥ సరిగా - గరిరీసా

తోఒడీ - తెఎవవె - లెఎవవే - మో - ఒఒహాఅ - నాం - గుడునిఇ ॥ తోఒడీ - తెఎవవే

పాధా - నిసరిసధా - ధనిధపగా - మపధప - పమగా - రీ స్రీ ॥

మోఓ - ఒఒఒఒహా - నం ం ం ం - గుడుడుడు - నిఇఈ - ఈఈ ॥

గా - మనిధమ - గరిసని - సరిసా - నిధమగరి - ధామ గరిసని ॥ స రి గా ॥
నా - మనసున - వెతలను దెలిసీ దయగలిగి - వేగ మెవిభుని ॥ తె ోజడీ ॥

వసంతరాగము—ఆదితాళము

ఆరోహణము	స	గ	మ	ధ	ని	స	అవరోహణము	స ని ధ
	,,	అం	శు	శు	కా	,,		

సస్ససని - ధా - సా నిధమమా - గామా - గమధమా - ధమాగా - గమధాధా -
క్షితినిఇ - వే - లాఅయుఉఊ - ఇ ం ం - ం ం ం ం - దు ఊఊ - పు రి నీ వా -

స నిధని - సా సా ॥ స స్స స ని - ధా నీ - ధ ని స ని - ధా మా - గామా - గమ
సం ం ం -తూడా ॥ క్షి తి ని ఇ - వే ప - లఅఅఅ - యూ ఊ - ఇ ం ం - ం ం

గమ ధాధా - సనిధని - సా సా ॥
పు రినీ వా సం ం ం - తూడా ॥

సాస్సా ని ధ మ - మమ్మాగ రి స - సరి నిసా స - నిసగామ - గమధమాధని ॥ సస స
అండాండముల - కాధారమగు - సనిమునీంద్ర - సురులాది - నరులుపొగడ ॥ క్షితిని

శ్రీరాగము - ఆదితాళము

ఆరోహణము	స ,,	రి చ	మ శు	ప ,,	ని కై	స ,,	అవరోహణము.	స ని ప ధ ని ప చ

నీ సా - ని స రీ సా - నీ - ని సా ని పా - మా పా - నీ సని పామ - రిమ రిమ పా ॥
శ్రీ-ఈ - ఇఇ ఈఈ - మే - అ ఆ అ యూ - పా రీ - మాళఅరం౦ - గెఎంద్రు నీ ॥

నీ సా - ని స రీ సా - నీ - ని సా ని పా - మా పా - నీ స ని - పామ - రీఃమ - రిః
శ్రీ-ఈ - ఇఇఈఈ - మే- అ ఆ అయూ - పా రీ మాళఅ- ర ం ం గేఎఎ - ఎ

సానిపా - మ ని ప మ రీ - రి గ రి స - ని స రి మా ప - రి మ ప ని మా ప ని స రి .
క్షీరసా - గరముసంబు - ట్టితివని - స్థిర ముగా ను - గొలి చి న - సం ప ద లి డు

సా స్స ని ప - మఃని - పప మ - రి గ రి స ॥
సా రెవను - అతని - పదమె - గతియని ॥

1. వసంత { స ని స గా మ - గమధ / చలముమాని - కరుణి

2. తోడి { స రి గ రిని ధ - నిరినిధమ - గమధధని॥ / కని కర ముగ - మదికరగి - సదయునికి॥

3 మోహన { ధగరిస - ధరిసధ - ప గ ధ ప - / సరసకు - ఇదిసమ - యమనితె -

కల్యాణిరాగము—ఆదితాళము.

ఆరోహణము	స	రి	గ	మ	ప	ధ	ని	స	అవరోహణము.	స ని
	,,	చ	అం	ప్ర	,,	చ	కా	,,		

గగగరి - సారీ - సరిగాగా - గమారి - గమపధపా - గామసా - గాగరి ॥
చెలిమిఇ - జేఏ - ఎఎఏసి - నఆఅ - మొదలుఉకా - ల్యాఅఆ - ఆణిఇ ॥

గా - మపధపామ - గరి స నిరీ గనిధమ - గధమగరినిసరి ॥ గగ ॥
ఆ - చిఱుతనాటి - మొదలుగనే - ఘనతర - ముగమదినివిభుని ॥ చెలి ॥

శహానరాగము—ఆదితాళము.

ఆరోహణము.	స	రి	గ	మ	ప	మ	ధ	ని	స	అవరోహణము	స ని ధ ప
	,,	చ	అం	శు	,,	శు	చ	కై	,,		

రీపమ - గాగారీ - రీగరిసా - రిగమప - ధపమా - గాగా - మరీ - గరిసా ॥
చిత్తఅ గింపూ - మానిఇఈ - శఅఅఅ - నఅఆ - కోఓ - ఒరీ - తిఇఈ ॥

రీపమ - గాగారీ - రీగరిసా - రిగమప - ధనిసరి - నీ - ధపమా - గామరీ - గరి:
చిత్తఅ - గింపూ - మానిఇఈ - శఅఅఅ - అఅఅఅ - నా - కొఒఓ - ఓఒరీ - తిఇ-

రీ - రిగమపమ - గామరినిసా - రిగమపమ - రిపమ - గగరిస ॥ రీ ప ॥
నా - మనవివిని - సారెకునురా - వలెననుచు - అడుగ - డుగుకుచు ॥ చిత్త ॥

కేదారరాగము - ఆదితాళము

ఆరోహణము	స	మ	గ	మ	ప	ని	స	అవరోహణము	స ని ప ॥
	,,	శు	అం	శు	,,	కా	,,		

పపనిస - పమపమగరి - రిసనినిస - ససా - మగారి - సరిరిసపా ॥
కలికిఇ - వఅఅఅనిఇ - కెఎఎఎ - తరా - మనీఇ - దెవెలిఇసీ ॥

గమ - పాసపాని - పనిపమ - మపమగ - గమగరి - పరిసనిసా -
కలి -కీ ఇ వా అ- అఅఅఅ - నిఇఇ ఇ - కెఎ ఎఎ - ఎఎ ఎఎఎ .

ససా - మగారి - సరిరిసపా ॥
తరా - మనీఇ - దెవెలిఇసీ ॥
పా - మనిపమ - గరిసని - పసపా - సమగరిస - పమ నిప మగమ ॥ పప ॥
సా - మిఇయని - పొగడిపా - గడినా - సదయుడని - ఈజగము లెలుగ ॥ కలి ॥

కన్నడరాగము - ఆదితాళము.

ఆరోహణము	గ అం	రి చ	స ,,	రి చ	గ అం	మ శు	ప ,	మ శు	ధ చ	ని కా	స ,,	అవరోహణము.	స ని

పగామాధా - ధనిసరిసా - నిసధాపా - మపధప - మగామా ||
కన్నాడాచే - సెఎఎదీ - తలగునా - నలలల - అఆపై ||
ధా - ధనిసధప - మధపగరిసా - నిసగామ - ధనిసధాపమ || పగా ||
నా - మనసెఱిగి - రతులవగల్గ - జరిపింప - తగినవాలని || కన్న ||

సారంగరాగము - ఆదితాళము

ఆరోహణము	స ,,	రి చ	గ అం	మ ప్ర	ప ,,	ధ చ	ని కై	స ,,	అవరోహణము	స ని ధ

సస - పాపాపా - మాపాపమమా - మపధనిసా - సనినిదధప - పమమా ||
వల - రాయానీ - సా ఆ అ అ ఆ - రంగఅమూ - లఅళఅరఅ - ముడుడూ ||
పా - మపధపామ - రిగమ రిసా - సరిసపమధప - సని ధపమ || సస ||
కో - కిలలుగూయ - మఱిమఱినా - సరిసఖులువిని - సతతమును || వల ||

హుసేని రాగము - ఆదితాళము.

ఆరోహణము	స	రి	గ	మ	ప	ధ	ని	స	అవరోహణము.	స ని ధ
	,,	చ	సా	శు	,,	చ	కై	,,		

మనీ థా నీ సా - ని నీ - థానిధథా - నీసా - ని స రీ సా - సారి - సనిధపామా ॥
వచ్చిపోదావా - బహు - సే ఎ ఎ ఏ - నీఈ - ఇఇఈన్నా - వేఎ - ఎ ఎ ఎ డి తీ ॥

మా - రిగమపామా - గరిసరీ రీగామపామ - పని ధ మ ॥ మనీ ॥
నే - దిగులుపొందీ - సదివినీ - విరి శ రం బు - ఉరమున ॥ వచ్చీ ॥

కాంభోజిరాగము - ఆదితాళము

ఆరోహణము	స	రి	గ	మ	ప	ధ	స	అవరోహణము.	స ని ధ
	,,	చ	అం	శు	,,	చ	,,		కై

మగపా - థాసాసా - రీ గా రీ - రీగ రిసా - ధసరి స నీ థా - పాథా ॥
సొలపు - మీా ఈ రీ - వీరాహో - ఆఅఅఅం - బుఉఉఉఊఊ - ధీ లో ॥

థా - థానిధ - పధపమ - ప ధ పా - మగ మపధ - రిసానిధపమ ॥ మగ ॥
ఆ - నాటి స - రస విధ - ములనా - మదిభ్రమసీ - సదాదలచగ ॥ సొల ॥

వరాళిరాగము - ఆదితాళము

త్రి త్రి

ఆరోహణము.	స	గ	రి	గ	మ	ప	ధ	ని	స̇	అవరోహణము.	స̇ ని ధ
	,,	శు	శు	శు	ప్ర	,,	శు	కా	,,		

పాధపా - గా - గరిగామాపామ - గగరీసా ॥ పామ - నిధాప - మపధపపమగా -
సాక్కి-తీ - నే - జవరా ఆ లీ ఇ - వినవేప ॥ సో ఒ - క్కి-ఈఈ - నె ఎఎ ఎ ఎఎ ఏ -
గరిగామా - పామ - గగా - రీసా ॥
జవరా ఆ - లీ ఇ - వినా - వేప ॥

గా - రిగగరిస - గరిస - రినిసా - గరిగమాప - ధనిధమగరి ॥ పాధ ॥
నా సరసునినె - దలచ - అతని - సురతకేళి - లోమదితగిలి ॥ సాక్కి- ॥

సౌరాష్ట్రరాగము - ఆదితాళము

ఆరోహణము	స	రి	గ	మ	ప	ధ	ని	స̇	అవరోహణము	స̇ ని ధ
	,,	శు	అం	శు	,,	శు	కా	,,		

పమ - రీస - గామాపాపా - గమధపామ - గమగరిరీ ॥ పమ - గరిసరి - గా
అల - సౌడ - రా ఆ ఆ షా - దెవెళ ఆ అ - ముఉడుఉనా ॥ అల - సౌడుఉడ - రా
గమధపామ - గమగరిరీ ॥
దెవెళ ఆ అ - ముఉడుఉనా ॥

పా - గమపధ - నీ ధప - మగరీ - ధనిసరి - గమపమ - గ రి స రి ॥ పమ ॥
ఈ - జగముల - లోపల - మిగులా - సరసుల - కనులకు - సొగసుగ ॥ అల ॥

దర్బారురాగము - ఆదితాళము.

ఆరోహణము.	స	రి	మ	ప	ధ	ని	స	అవరోహణము	స ని ధ
	,,	చ	శు	,,	చ	కై	,,		

నీసరీ - గాగాసరీ - పమపధ - ధనిపా - గాగాసరీ ॥
దానిలో - చీక్కిదల - ర్భలలల - అలరూ - వెతాలనీ ॥
రీ - రిమపధప - గారిసన్నిసా - నిసరి - పమధపమ - గారిస ॥ నీ స రీ ॥
నా - సరిసఖులు - వానివిభునీ - ఇటుల - చలమెసగ - జేసితే ॥ దానిలో ॥

భూపాలము రాగము - ఆదితాళము

ఆరోహణము.	స	రి	గ	ప	ద	స	అవరోహణము	స ని ధ ప
	,,	శు	సా	,,	శు	,,		కై

ధప - ధగ - పాధ - సా స - నీసా ని స రీసా - నీధా - నీధాపా ధా - పాధాసాపధ
పలు కల - రించి - నాదు - కోటి ఒ ఒటి ర్కే - లా ఆ - ఆ ఆ నీ వు - ప తిమాల
ధనీధ పా - పగధ ప - గపరీస ॥ గా - పధసధప - గధ పగ రి సా గధపధ - సధ ప
భరణభూ - పలలల - లుడనీళ ॥ నీ - మదికరిగి - ఇటులవగలగా - సరసుని - కెలు గ

1 భూపాళము { దా - పథ సథప గథ ప - గపగరిస -
సా - రెకనుఇటులవగ - లతగలని -

2. దర్బారు { రిగా రిస రి ని స - రిమప ధ - మాపథ -
సరోజముఖియిది - దెలుపవె - వా నికి -

3. సౌరాష్ట్ర { పథనిస - రిసనిస థాపమ - థాపమ -
వలచితి - ననివిరిబాణము - చేకొని -

4 వరాళి { గరిగమాప - థనిథప మ - గా రిరి స -
మనసిజుండి - దిగొమిగుల - గాచెనని -

5. కాంభోజి. { రిగమపథప - థరి స నీథ - పమప థ -
పలుకకవిని - మదివిరాళి - కొంటిని -

6 హంసేని. { పమంగరిగా - మపమా - గరిసా -
ఇదేసమ య - ప్మ ని ర - ప్మనవే -

7. సారంగ { సరిస పామ - థాప మ - [illegible]
ఇకనునాదు - తాపము - [illegible]

8. కన్నడ. { గామపామ - థానిసా -
వచ్చినన్ను - కౌగిలిం -

9 కేదారము { పనిసమ గరి-సరి సా ని
కదియగ పెన-గొనిచాల

10 శహన { రీ రిగమపమ - గామ
తా - నథరమథు - రామృ

11 కల్యాణి. { స రీ గ మ ప ధ ని- స ని ధ
సదాముదమునను- గలయ

12 మోహన { ధగరిస-ధ రిస ధ ప-గ ధపగ
సరసకు-నిదిసమయ-మని తెలి

పూర్ణషడ్జము రాగము - రూపకతాళము

ఆరోహణము	స	రి	గ	మ	ప	ని	ని	అవరోహణము	స ని ప
	,,	చ	సా	శు	,,	కై	,,		

ప. లావణ్యరామ కను - లారజూడవే అతి॥ లా॥

అ శ్రీవనితాచిత్తకుముద - శీతకర జితానన్యజ॥ లా॥

చ నీమనసు నీసొగసు - నీదినుసువేతే - [తామసమతదైవమేల - త్యాగరాజనుతదివ

ప నీసా - నీ పా ,, మా ॥ గమగా - గా - రిగరిరీ ,, - సా

లాఆ - ఆ - వ ,, ణ్య ॥ రాఅఆ - మ - కఅఅఅ,, - న్ను

,, నీ - సా - రీ గా గా ॥ మా ,, ,,,, - పానీ

,, లా - ర - జూ ఊ డ ॥ వే ,, - ,,,, - అతి

స ని స రి స ని - సనిప ని ప స ॥ స్సనిపమ - గ రి - రి గ రి రి ,, - సా ॥
లాఅఅఅ - అఅ - వఅఅఅఅణ్యా ॥ ాఅఅఅ - మఅ - కఅఅఅ ,, - న్ను ॥
,, నీ - సా - రి గా గా ॥ మా - ,, ,,,, - పానీ ॥
,, లా - ర - జూ ఊ డ ॥ వే - ,, - ,,,, - అ తి ॥ లా ॥

అ. ,, గా - గాగాగా ,, ॥ రిగ రి రి ,,- రి - రిస సాసా ॥
,, శ్రీ - వ ని తా ,, ॥ చిఇఇఈ ,,- త - మఉముద ॥
సా ,, - నీపాపామా ॥ గా రి - గామాపానీ ॥
శీ ,, - త క ర జి ॥ తాఅ - న అ న్య జ ॥ లా ॥

,, గా - గాగాగాగా ॥ గరిరీ - రీ - రిససాసా ॥
,, తా - మ స ను త ॥ దైఇఇ - వ - మెవపల ॥
సా ,, - నీ - పా ,, మా ॥ గామా - పా ,, నీ నీ ॥
త్యా ,, - గ - రా ,, జ ॥ ను త - ది ,, ఈ వ్య ॥ లా ॥

చ. పా ,, - ,, మాగారీ ‖ మా ,, - ,, - గారిసా ‖
నీ ,, - ,, మ న సు ‖ నీ ,, - ,, - సొగసు ‖
సా ,, - స్నీ - సాగారీ ‖ గా ,, - మా ,,,, - [గ మ] ‖
నీ ,, - ఈ - దినుసు ‖ వే ,, - తే ,,,, - [రామ] ‖

నీలాంబరిరాగము - ఆదితాళము

ఆరోహణము	స ,,	రి చ	గ అం	మ శు	ప ,,	గ చ	ప ,,	ని కై	స ,,	అవరోహణము.	స ని ప

ప. 1. ఎన్నగమనసుకురాని - పన్నగశాయిసొగసు -
పన్నుగగనుగొనని - కన్నులేలే - కన్నులేలే - కంటిమిన్నలేలే ‖ ఎన్న ‖
2. మోహముతోనీలవారి - వాహకాంతినిగేరిన -
శ్రీహరినిగట్టుకొనని - దేహమేలే - దేహమేలే - యీ గేహమేలే ‖ ఎన్న ‖
3 మాలిమిని త్యాగరాజు - నేలిన రామమూర్తిని-
లాలించిపొగడని - నాలికేలే - నాలికేలే - సూత్రమాలికేలే ‖ ఎన్న ‖

ప. గమమపాపా - గామాపా పా - నిపామ - పానిపమగరి ‖ గా - గమ పాపా - గామా
ఎఎ న్నా గా - మానాసూకూ - ర ఆ అ - నీ ఇ ఇ ఇ ఇ ఇ ‖ ఏ - న్నాఅఆగా - మానాస

నిపామ - మానిపమగరి ॥ గమపా - సనిసా - సని ధని - సా రి స నీ - సారి సనీ - స
ర ఆఅ - నీ ఇ ఇ ఇ ఇ ఇ ॥ పలన్నా - గఅఆ - శఅఅఅ - యీాఇఇఈ - సోఒఒఒ - గ

పమ గరి ॥ గా - గామ పాపామ - గామమా - పామ - నిపపమ - మానిపమగరి ॥
సుడఉఉ ॥ ప - న్నూఉఊగాలి - గా ఆ ను - ఊ ఉ - గొఒనఅ - నీఇ ఇ ఇ ఇ ఇ ॥

గా - మానిపమ - గామగామ రిగరి - గామపామ - మాగ - రిగరిపమగ - గరిప
క - న్నూఉఉఉ - లే ఎ ఏ ఎ - ఏఎఏ - లే ఎ ఏ ఎ - ఏ ఎ - ఎఎఎ ఎఎఎ - ఎఎ

గాగామా - పా - సా - సనినీపా ॥ మామగగా - గామానిపమ -
క న్నూఊ - లే - ఏ - లెఎఏఏ ॥ కంటి ఇ ఈ - మిన్నూఉఉఉ -

గామగామ - రిగరి - గామపా - మగ - రిగమగ - రిగాసా ॥
లే ఎ ఏ ఎ - ఏఎఎ లే ఎ ఏ - ఎ ఎ - ఎఎ ఎఎ - ఎ ఏ ఏ ॥ ఎన్న ॥

సారమతిరాగము - ఆదితాళము

ఆరోహణము	స ;	రి చ	గ సా	మ శు	ప ,,	ధ చ	ని కై	‍ṡ ,,	అవరోహణము	ṡ ని

ప మోక్షముగలదా భువిలో జీవ న్ముక్తులు కానివారలకు ॥ మో ॥

అ సాక్షాత్కార నీ సద్భక్తి - సంగీతజ్ఞానవిహీనులకు ॥ మో ॥

చ ప్రాణానలసంయోగమువలన - ప్రణవనాదము సప్తస్వరములై పరగ

వీణావాదనలోలుడౌ శివు మనో - విధమెఱుగరు త్యాగరాజవినుత ॥ మో ॥

। లఘువు	౦ ద్రుతము	౦ ద్రు
ప ,, నిసా - రి గ సా ,, - రీగామా ,,	,, - ప ధ నీ ,,	నిధమా -
,, మొం - క్షము ,, - గ ల దా ,,	,, భువిలో ,,	జీ ఇ ఈ -

సా - ని̣సా - రిగ సా ,, - రీగా మా - గరి	మా - పధ - పా , ధనీ ,,	నిధమా .
ఆ - మొటి - క్షఅము ,, గ ల దా - అఅ	ఆ - భువి - లో౯ , ఒటి ,,	జ ఇ ఈ .
సా - ని̣సారిసా - రిగ మఃధనిసా	,, - నీస ని నీ ,, - ధానిధ	ధా - ధః
ఆ - స్మృక్తు లు - గఅఅనిఇఇ ఈ	,, - వాఅఅ ,, - రఅఅ	ఆ - అఅ
సా -		
ఊ - ॥ మోక్షము -		
అ ,, - సా , రీ , - సరి గా - గసా	,, - సా , రి గ స -	సనినిధధా
,, - సా , త్సా , - త్కఅఆ - రనీ	,, - స , ద్భఅఅ -	క్తిఇఇఇ-ఈ
,, - సా , నీ , ధా - పా - ధా	,, - నీసనినీ ,, - ధానిధ	ధమ - వ
,, - సం , గీ , త - జ్ఞా - న	,, - వీఇఇఈ ,, - హీఇఇ	ఇ ఇ న
గరి -		
ఊఊ - ॥ మోక్షము ॥		

చ. ,, - పా , పా , - పాపా - పధనీ	,, - నినీధమా	మామా -
,, - ప్రా , ణా , - న ల - సం ం	,, - రయోఓగము	వ ల -
,, - నినిథామా - మగగా - రిగసా	,, - నిసారిసా	రిగమా -
,, - ప్రణవ నా - ధఅము - సఅ_ప్త	,, - స్వరములై	ష ర గ -
,, - నిసా రీ - సగగా - రిగసా	,, - ని సా - రిగసా	సనినీ - ని
,, - విఈణా - వఅ ఆ - దఅన	,, - లోఓ - లుఉడా	శిఇవు - వ
,, - పపాధథా - నీ నీ - పధనిధ	నీ - నీసని నీ ,, - థానిధ	ధమ - మగ
,, - విధమెలు - గరు - త్యాఅఅఆ	గ - రాఅఅఆ ,, - జ అ అ	అఅ - విఇ

కల్యాణిరాగము - మిశ్రచాపు (లేక) ఏకతాళము

ఆరోహణము.	స	రి	గ	మ	ప	ధ	ని	ṡ	అవరోహణము	ṡ ని
	,,	చ	అం	ప్ర	,,	చ	కా	,,		

ప నిధి చాలా సుఖమా - రాముని సన్నిధిసేవ సుఖమా - నిజముగ బల్కు మనసా ॥

అ దధి నవనీతక్షీరములు రుచో - దాశరథి ధ్యానభజనసుధారసము రుచో ॥ ని ॥

చ దమ శమ మను - గంగాస్నానము సుఖమా - కర్దమదుర్విషయ -

కూపస్నానము సుఖమా - మమతబంధనయుతనరస్తుతి సుఖమా -

సుమతి త్యాగరాజనుతుని కీర్తన సుఖమా ॥ ని ॥

ప. నిధా ॥ పాపమ ॥ గా ॥ రీ స ని ॥ సా ॥ ; గా ॥ మపా ॥ మ ధని ॥

ని ధి ॥ చాలఅ ॥ ఆ ॥ సూఉఖ ॥ మో ॥ , రాం ॥ మునీ ॥ సఅన్నిధి ॥

సాస్సనిధ ॥ పాధ ॥ పమగా ॥ రీ సని ॥ సా ॥ ; గా ॥ మపా ॥ మప ధని ॥

నీ ధి ఇ ఇ ॥ చాఅ ॥ ల అ ఆ ॥ సూడుఖ ॥ మో ॥ ; రా ॥ మునీ ॥ సలన్నిధి ॥

రినిధ ॥ పా ; ధ ॥ మపధపపమ ॥ గా రి ॥ సా ॥ ; గా ॥ మపా ॥ మప ధని ॥

నిధిఇ ॥ చా , అ ॥ లఅఅఅఅఅ ॥ సుఖా ॥ మో ॥ , రా ॥ మునీ ॥ సలన్నిధి ॥

రిసని ॥ రిస సని నిధ ధప ॥ ధపపమమగ ॥ మగ గరిగ రిరిస ॥ సా ॥ , గా ॥ మపా ॥ ప

నిధిఇ ॥ చఅఅఅఅఅఅ ॥ లఅఅఅఅఅ ॥ సుఉఉఉకలఅఅ ॥ మో ॥ : రా ॥ మునీ ॥ స

ససని ॥ ధానీ ॥ ధనిస ॥ నిధపమ ॥ గాగరి ॥ రీ ॥ గరి నిధ నిధ ॥ పమ గమ పధ ॥

నిదిఇ ॥ సే ఏ ॥ ఎఎ ॥ ఎవ అఅ ॥ సుఖఅ ॥ మో ॥ నిజముగబల ॥ ల్కుమనసలఅఅ ॥

అ సని ॥ ధపధా ॥ నిసని ॥ ధపమగ ॥ ధధ మ ॥ నిధ సని ॥ సా ॥ మప ధని ॥

దధిఇ ॥ నలవా ॥ నిఇఇ ॥ తలత్మీఇ ॥ రలము ॥ లుడురుడ ॥ చో ॥ ఒఒ ఒఒ ॥

రిసని ॥ ధపధా ॥ రినిధ ॥ నిధ పమ ॥ ధధ మ ॥ నిధ సని ॥ సా ॥ మధ నిరి ॥

దధిఇ ॥ నలవా ॥ నిఇఇ ॥ తల త్మీఇ ॥ రలము ॥ లుడురుడ ॥ చో ॥ ఒఒ ఒఒ ॥

గరిని ॥ ధమధా ॥ రినిధ ॥ నిధ పమ ॥ ధ ధమ ॥ ని ధస ని ॥ సా ॥ ధనిరిగ ॥
దధిఇ ॥ నఅవా ॥ నిఇఇ ॥ తఅ త్రిఇ ॥ రఅము ॥ లుడురుడు ॥ చో ॥ ఒఒఒఒ ॥

మగా ॥ గరిస రిసని ॥ గ రీ ॥ రిసనిని ధపమ ॥ ధధ మ ॥ ని ధస ని ॥ సా ॥ నిరిగమ
ద ధీ ॥ నఅఅవఅఅ ॥ నిఈ ॥ తఅఅత్రిఇఇఇ ॥ రఅము ॥ లుడురుడు ॥ చో ॥ ఒఒఒఒ

పమగా ॥ మగగరిగ రిరిస ॥ గరిరి ససని ॥ రి ససనిధధప ॥ ధధ మ ॥ ని ధస ని ॥ స
ద అ ధీ ॥ నఅఅఅవఅఅఅ ॥ నిఇఇ ఇఇఇ ॥ తఅఅఅత్రిఇఇఇ ॥ రఅము ॥ లుడురుడు ॥ చ

సా రీ ॥ గరీ ॥ సారిసనీస ॥ రిస నిధ పధ ॥ సారినిధపమ ॥ గగా మపధని ॥
దాసా ॥ రఅధీ ॥ ధ్యాఅఅన ॥ భజనఅఅసు ॥ ధారఅఅసఅ ॥ మురుడుచ్ఛాం ॥ నిధి ।

చ ధపా ॥ గా రీ ॥ రి సా ॥ నిధపా ॥ నిసరిస ॥ గ రి గా ॥ మప ధ ప ధా ॥ ధారిస
దమా ॥ శామా ॥ మనూ ॥ గంగా ॥ స్నఆఆఅ ॥ నఅమూ ॥ సుఊఖఅమో ॥ కరమా

నిధ పా ॥ గ గా ॥ రీసా ॥ సనిధా ॥ గరి గా ॥ గమప ॥ గా రీ ॥ స రిగ ॥ రిస సా
దుఃఖర్వి ॥ షయా ॥ కూపా ॥ స్న అఆ ॥ నఅము ॥ సుఉఖ ॥ మోాఓ ॥ ఒఒఒ ॥ ఒ ఒ ఓ

చిట్టస్వరము సాని - ధరిసని - ధపమ - గరిగమ - పాధని - నిధసని - రిసగ - రిసనిధ - సా ॥ మప

గరిమ - గరిసని - గరిగ - సరినిధ - గరిని - రినిధని - ధమగ - రిసనిధ - నిసరిగరిస -

రిగమపమగరిగ - మపధనిధమ - ధనిసనిధప - ధనిసరిగరిమగ - గరిరిససని -

గగ్గరిసగరి - రిరిససనినిధరి - రిసనిరిసస - నినిధధప - సస్సనిధప - పనిన్నిధపమ -

ధపామగాగరీ - సరిసాసధా - పాసరిసారిగమపధ ॥ నిధి ॥

ధపా ॥ గారీ ॥ రి సా ॥ నిధపా ॥ ని స రీ స ॥ గరిగా ॥ మపధపధా ॥ ధారి సా ॥
మమ ॥ త ఆ ॥ భం ॥ ధ అ న ॥ యుఉఉత ॥ నఅ ర ॥ స్తుఉఉఉతి ॥ సుఖమో ॥
సా రీ ॥ గప రీ ॥ సా రిస నీ ప ॥ రిసని ధ ప ధ॥ సారిని ధపమ ॥ గాగ మప ధని ॥
సుమ ॥ తిఇఈ ॥ త్యాఅఅఆగ ॥ రజనుఉతుని॥ కీర్తనల అఅ ॥ సుఉఉఖఅమో ॥ నిధి ॥

కమాసురాగము - రూపకతాళము.

ఆరోహణము	స ,,	మ శు	గ అం	మ శు	ప ,,	ధ చ	ని కై	స ,,	అవరోహణము.	స ని

ప సుజనజీవన రామ - సుగుణభూషణరామ ॥ సు ॥

అ భుజగభూషణార్చిత - బుధజనావనాత్మజవందిత
శ్రితచందన - దశతురంగమా రామా ॥ సు ॥

చ చారునేత్ర శ్రీకళాత్ర శ్రీరమ్యగాత్ర - తారకనామ
సుచరిత్ర దశరథపుత్ర - తారకాధిపావన - ధర్మపాలకా
తారయ రఘువరనిర్మల - త్యాగరాజ సన్నుత ॥ సు ॥

ప మగసగాగమామామా ॥ మగసగాగ - పమమా - ఽమమా ॥ మగసగాగ -
సు జ న జీ వ నా ఆ ఆ ॥ సు జన జీవ - న అ ఆ - అ అ ఆ ॥ సు జన జీవ -

గమపాపా - పమమా ॥ మగసగాగ - గమపాపా - పథాప ॥ మగసగాగ -
న అ ఆ ఆ - అ అ ఆ ॥ సు జన జీవ - న అ ఆ ఆ - అఆ అ ॥ సు జన జీవ -

8

గమప - మపధ - పధ నిధ ధప ॥ ప ప ధ - నీ ధ పా - సా పా ॥ ప ప ధ - నీ ధ ప
నఅఅ - అఅఅ - అఅఅఅఅఅ ॥ సుగుణ - భూషణా - రామా ॥ సుగుణ - భూషణ

సానిధపా ॥ ప ప ధ - నీ ధ పా - సా నిధధప ॥
రామఅ ఆ ॥ సుగుణ - భూషణా - రామఅఅఅ ॥ సుజ ॥

అ. ప పధ - నీ ని సా - సానిధ పమ ॥ ప పధ - నీ ని - ధనిసా - సానిధపమ ॥
భుజగ - భూషణా - ఆ అఅఅఅ ॥ భుజగ - భూష - ణఅఆ - ఆ అఅ అఅ ॥

ప పధ - నీ ని - ధనిసా - ధనిసా - నిధ పమ ॥ ని స - గమ గసాని - నిసనీ - నీధః
భుజగ - భూష - ణఅఆ - అఅ ఆ - అఅ అఅ ॥ శ్రిత - బుధ జనావ - నఅఆ - ఆఅః

స గససనిధ - నిస నిధనిధ - పప ధనీ ధ పా - సా ని ధధప ॥
త్మజవం దిత - శ్రితచం దన - దశతురంగమా - రామఅఅఅ ॥ సుజ ॥

చ పా ప పాధ - నీధ పాధ - మపమగా స - గామా - పా పధ నీ ధ -
చారు నేత్ర - శ్రీకళత్ర - శ్రిఇఇర మ్య - గా త్రా - తార కన్నామ -

పమ గాస - సమగమ - నిధపా ॥
సుచ రిత్ర - దశ రథ - పుఉత్ర ॥

పప ధ - నీ ని - ధనిసా - ధ నిసా - నిధ పమ ॥ నిస - గమగసాని - నీప నీ - నీధపమ
తఅ ర - కాధి - ప అఅ - అఅ ఆ - అఅ అఅ ॥ వన - ధర్మప ఆల - కఅఆ - ఆఅఅ (

సగస స నిధ - నిసని ధనిధ - ప పధనీధపా - సా ని ధ ధప ॥
తఅరయరఘు - వరని ఇర్మల - త్యఅగరఅ జ - స న్నుఉఉత ॥ సుజ ॥

శుద్ధదేశిరాగము - ఆదితాళము.

ఆరోహణము.	స	రి	మ	ప	ధ	ని	స	అవరోహణము.	స ని ధ
	,,	చ	శు	,,	చ	కై	,,		

ప ఎందు కౌగిలింతురా ని - న్నెంతని వర్ణింతురా ని ॥ న్నెం ॥

అ అందమైన కుందరదన - ఇందిరా హృన్మందిరా ని ॥ న్నెం ॥

చ. నీదు పలుకే పలుకురా రామ - నీదు కులుకే కులుకురా రామ -
నీదు తళుకే తళుకురా రామ - నిజముగ త్యాగరాజనుత ని ॥ న్నెం ॥

ప. ,, - సాస్నీసా - గారీమా ,,	,, - గారీగా	గరి రీ
,, - ఎం ం దు - కౌఉూ గి ,,	,, - లిం ం తు	రఅఆ

రి స - సా స్నీ సా - గా రీ మాపా	, ధ - పమగరిగా	గ రిరీ
ఇ ఇ - న్నెందు - కౌ ఊ గి ఇ	, ఇ - లింంంతు	రఅఆ
రి స - సాస్నీ సా - రీ మా - పధనిధ	పమ - మగగాగా	గ రిరీ
ఇ ఇ - న్నెం దు - కౌఊ - గిఇ ఇఇ	ఇ ఇ - లింంంతు	రఅ ఆ
రి స - రీ , మ - పాథా ,, - పధ నిధ	నీ - నిధధపమా	పా ,,
ఇ ఇ - న్నెం , త - ని వ ,, - అఅఅఅ	ఆ - ర్జింంంతు	రా ,,
రి స - రీ , మ - పాథా ,, - పధ పధ	ని స - నిధధపమా	పా ,,
ఇ ఇ - న్నెం , త - ని వ ,, - అఅఅఅ	అఅ - ర్జింంంతు	రా ,,

రిప - రీ , మ - పాధా ,, పధస రి	గరి - రిసనిధపమ	పా ,,
ఇఇ - న్నం , త - ని వ ,, అఅఅఅ	అఅ - క్లిం౦౦౦తు	రా ,,
రిస ॥ సా నీ సా ॥		
ఇఇ ॥ న్నెం౦ దు ॥		
అ. ,, - పా ,, ధా - నీ ,, - ధపమధ	, మ - పా ,, ధా	నీనీ -
,, - అం ,, ద - మై ,, - నఅఅఅ	, అ - కుం ,, ద	రద -
,, - సా ,, - సా - స ని నీ - ని ధ నీ	,, - నిధధపమా	సా ,,
,, - ఇం ,, - ది - రాఅఆ - హృడఊ	,, - స్మం౦౦౦ది	రా ,,
రిస ॥ సా నీ సా ॥		
ఇఇ ॥ న్నెం౦దు ॥		

చ. ,, - పా ,, మాగారీ - సరిమా	,, - గారీగా	గరిరీ - రీ గ
,, - నీ ,, దు ప లు - కేవే	,, - పలుకు	రలఅ - రా మ
రిస - సానీధా - సారీమా ,,	,, - గారీసరి	మా ,, - మా
అల - నీఈదు - కు లు కే ,,	,, - కులుకుడు	రా ,, - రా
,, - పా ,, ధా - నీనీ - ధపమప	, మ - పాధానీ	సా ,, - సా
,, - నీ ,, దు - తళు - కేవెవ	, ఎ - తళుకు	రా ,, - రామ
,, - సాసా - సనినీ నీ - ని ధ ధా	ధా - నిధధపమా	పా ,, - ధపమ
,, - ని జ - ముడుగ - త్యాఅల	గ - రఅలిజా	ను ,, - తఅని
రిస ॥ సానీ సా ॥		
ఇఇ ॥ న్నెందు ॥		

శ్రీరంజని రాగము - ఆదితాళము

ఆరోహణము	స	రి	గ	మ	ధ	ని	స	అవరోహణము	స ని ధ మ
	,	చ	సా	శు	చ	కై	,,		

ప మారుబల్కకున్నా వేమిరా - మామనోరమణ ॥

అ జారచోరనీభజనచేసితి - సాకేతసదనా ॥

చ దూరభారమందు - నాహృదయారవిందమందు

నెలకొని - దారిదెలిసి సంతసిల్లినట్టి త్యాగరాజనుత ॥

ప మా ,, గ రి గ మా - మమాగరిగరి	సా ,, - ,, స్రీ	ధ - ని స
మా ,, రుబఅల్కా - కున్నా వెఎఎమి	రా ,, - ,, మా	అ - మనో
మా ,, గ రి గ మా - మమాగరిగరి	సా ,, స రి స రిస్రీ	ధ - ని స
మా ,, రుబఅల్కా - కున్నా వెఎఎమి	రా ,, మఅఅఅఆ	అ - మనో

మా ,, గరిగ మా - మమాగమగరి	సా, నిసా - నిసరిస నిసీ	ధ - ని సా ,
మా ,, రుబలల్కా - కున్నా వెమిమి	రా, మఅ - అఅఅఅఅఅ	అ - మనో ,
మా ,, గరిగ మా- నిధమ - గరిగరి	సా,, సా రి గ - రి స నిధ	, - ని సా , స
మా ,, రుబలల్కా- కున్నఅ - వెమిమి	రా,, మాఅఅ - అఅఅఅ	, - మనో , ర
మా ,, గరిగ మా - ని నీ - ధనిసనిధానీ	ధా,, ధానిస	, - ధ సా , -
మా ,, రుబలల్కా - కున్నా - వెమిమిమిమి	రా,, మాఅఅ	, - మనో , -
మా ,,గరిగ-మాధామధసా,-ధాధమా- గరిగరి	సా,,,, - ,,	,,,, - ,, ,
మా ,,రుబల-ల్కా-అఅఅఆ,-కున్న ఆ - వెమిమి	రా,,,,, - ,,	,,,, - , ,,
అ నీ , ధ నీ సా - నిగరిగ - మాగగ	రీ ,,, - నీ ధ	సారిగారి - స
జా, రచోరా - నీభజన - చేసితి	ఈ ,,, - ఈఇ	ఈఇ-ఈఇ - ఈ
, - నీ ధ నీ సా - నిగరిగ - మగగా	రి ,, - ,, నీ ధ	సరిగరి - మరిస
, - జారచోరా - నీభజన - చేసితి	ఈ ,, - ,, ఈఇ	ఇఇఇఇ - ఇఇఈ

	, - నీ ధ నీసా - నిగరి గ - మగగా	రీ ,, - ,, గరి	రిససని -
	, - జారచోరా - నీభజన - చేసితి	ఈ ,, - ,, సఅ	కెఎతఅ -
౬	ధానీధనిసా - నిస రీ - గరిరిస - సని నిధధా	ధానీధనిసా - ని సరీ- రిగమగ	గరిరిససా
	ఆ ఆఅఅ ఆ - అఅఆ - సఅ కెఎ - తఅసద నా	ఆ ఆఅఅ ఆ - అఅఆ-సఅఅఅ	కెఎఎత
చ	రీగమామ - ధాసాధాధమ	మాగగారి గరి	సా ,, - ధ
	దూరభార - మందూనాహృద	యారవిందమం	దు ,, -
	నీ ధనిస స - నిగ రిగ - రిగమగగా	రీ ,, - ,, గ రి	రిససని -
	దారి తెలిసి - సం తసి - ఇల్లి నఅ ట్టి	ఈ ,, - ,, త్యఅ	గఅరఅ -
	ధానీధనిసా - ని స రీ - గ రిరి స - సనిని ధధా	ధానీధనిసా-ని సరీ- రి గ మగ	గరిరి స స
	ఆ ఆఅఅ ఆ - అఅ ఆ - త్యఅగఅ - రఅజసుత	ఆ ఆఅఅఆ -అఅఆ-త్యఅఅఅ	గఅఅఅ

నాదచింతామణిరాగము - ఆదితాళము

ఆరోహణము.	స ,,	రి చ	గ సా	మ శు	ని కై	ధ చ	ని కై	సా ,,	అవరోహణము.	సా ని ధ ప

ప. ఎవరని నిర్ణయించేరిరా - నిన్నె ట్లారాధించేదిరా - నరవరు ॥ లెవ ॥

అ శివుడనో - మాధవుడనో - కమలభవుడనో - పరబ్రహ్మమనో - ని ॥ న్నెవ ॥

చ శివమంత్రమునకు - మాజీవము - మాధవమంత్రమునకు - రాజీవము - ఈ

వివరము తెలిసిన - ఘనులకు మ్రొక్కెద - వితరణగుణ - శ్రీ త్యాగరాజనుత ని ॥ న్నెవ ।

ప ,,, - నిధనిసా - నీ ,, - నినిధ	మగమ - ని నీ ధ ని	సనిసా ,,
,,, - ఎ వర నీ - నీ ,, - ఇఇఇఇ	ఇ ఇ ర్ణ - యి-ఈంచెవె	ఎదిరా ,,

సా, ॥ నిధనిసా - రీగరిసారిస - నీ నీ - ధపమగ	మా - నినిధనిసని	సా ,,
ఈ, ॥ ఎవ రనీ - నీఇఇ-ఈఇఇ - ఈ-ఈ - ర్ణఅఅఅ	ఆ - యిఇంచెఎఎది	రా ,,
సా, ॥ నిధనిసా - రిగమగ - గరిరిస - నీ నీ - ధపమగ	మా - నినిధనిసని	సా ,,
ఈ, ॥ ఎవ రనీ - ఇఇ ఇఇ - ఇఇఇఇ - ఈ-ఈ - ర్ణఅఅఅ	ఆ - యిఇంచెఎఎది	రా ,,
సా, ॥ రీ , గసా నీ ,, నీధపమగ	మా ,, మాగా - గరిరిస	రి ,
ఈ, ॥ న్నే, ఎట్లారా ,, ఆధిఇఇఇ	ఈం ,, చే ఏ - దిఇఇఇ	రా ,
అ ,,, - నిసరిరీ ,, - ,, సరిగరిగా	,, - ,, రీగరిసనిసా	,, - ,,
,,, - శివుడనో ,, - ,, మఅఅఅఅ	,, - ,, ధఅవుడఅనో	,, - ,,
,,, - నిసరిరీ ,, - ,, సరి గ రి - సరిగరి	గా ,, మగగరిసనిసా	,, - ,,
,,, - శివుడనో ,, - ,, మఅఅఅ - అఅఅఅ	ఆ ,, ధఅవుడఅనో	,, - ,,

సరీ ॥ నిసరిరీ ,, - ,, సరిగరి - సరిగరి	గా ,, మగగరిసనిసా	,, - ,,
ఒఓ ॥ శివుడనో ,, - ,, మఅఅఅ - అఅఅఅ	ఆ ,, ధఅవుఉడఅనో	,, - ,,
మగగరిరిస ॥ నిసరిరీ ,, - ,, సరిగరి- సరిగరి	గా ,, మగగరిసనిసా	,, నీన్ని
ఒఒఒఒఒఓ ॥ శివుడనో ,, - ,, మఅఅఅ- అఅఅఅ	ఆ ,, ధఅవుఉడఅనో	,, కవ
మనిథా ,, థానీధనిసా , నిసనిని	, ధ నిస ని - నీని	సనిధప -
వుడనో ,, ఒ ఒ ఒఒ ఒ , పఅఅర	, బ్రంంహ్మా - మనో	ఒఒఒఒ -
పమమా ॥		
ఇ ఇ ఈ ॥ న్నై ॥		
చ ,, - పమధా - ధనిపా - మపమనిథా	, థానిసానీ	థాపా
,, - శి వ మ - ం ంత్ర - ముఉఉనను	, మాఅఆజీ	హామ
,, - స స , దానిధనీపా - మాపమమాగా	గారీ - నీసగా	మాగ
,, - ద వ , మ ంం ంత్ర - మూఉఉఊఊ	న కు - రాఅజీ	హామ

,,, - నిసరి రీ - గరిగరి - రిసగా

,,, - వివరము - తెవిలిఇ - సిఇనా

,,, - నిసరి రీ - గరిగరి - రిసగా

,,, - వివరము - తెవిలిఇ - సిఇనా

రి సా రీ ॥ సారిసారిరీ - గరిగరి - రిసగా

ఉఊఊ ॥ వీఇవరము - తెవిలిఇ - సిఇనా

మగగరి రిస ॥ నిసరిరీ - గరిగరి - రిసగా

ఉఉఉఉఉ ॥ వివరము - తెవిలిఇ - సిఇనా

మనిధా ,, నీనీ - ధానీధనిసా

తరణా ,, గుణ - శ్రీ-ఈఇఇ-ఈ

పమమా ॥

ఇ ఇ ఈ ॥ న్నె ॥

గరిరీ , - మగగరిసనిసా	,, - ,,
అఅఅ , - జలనుడులఅకు	,, - ,,
గరిరీ , - మగగరిసనిసా	,, - ,,
అఅఅ , - జలనుడులఅకు	,, - ,,
గరిరీ , - మ గగరిసనిసా	,, - ,,
అఅఅ , - జలనుడులఅకు	,, - ,,
గరిరీ , - మగగరిసనిసా	,, - ,,
అఅఅ , - జలనుడులఅకు	,, - ,,
నీ సని - నిసీని	సనిధప -
త్యాఅఅ - గరాజ	అఅఅను-

నాయకిరాగము - ఆదితాళము

ఆరోహణము	స	రి	గ	మ	ప	ధ	ని	స	అవరోహణము	స
	,	చ	నా	శు	,,	చ	,	,,		కై

ప నీభజనగాన రసికుల - నేనెందుగానరా రామ ॥ నీ ॥

అ శ్రీభవసరోజాసనా గిశ - చీ మనోరమణవంద్య యిలలో ॥ నీ ॥

చ సగుణనిర్గుణముల నిజముదబ్బరల - షణ్మతముల మర్మమష్టసిద్ధుల
వగలుచూప సంతసిల్లగంటని - వరానన త్యాగరాజవినుత ॥ నీ ॥

ప ధా ,, నీ ,, నీ ,, - ధాధా	పా - ధా ,, పా	మపధ
నీ ,, ఈ ,, ఈ ,, - భజ	న - గా ,, న	రలసి
ధరిసరి - నీ నీ - ధపమప - ధాధా	పా - ధా ,, పా	మపధ
నీఇఇఇ - ఈఈ - ఇఇ ఇఇ - భజ	న - గా ,, న	రలసి
దానీ - ధపమరి - మపధని ధాధా	పా - ధా ,, పా	మపధ
నీఈ - ఇఇ ఇఇ - ఇఇ ఇఇ - భజ	న - గా ,, న	రలసి

ధపమరి - గాగా - రీసా ,, - రీ
నేఎఎఎ - ఏ ఏ - ఏ ఏ ,, - నెం

అ. సా ,,,, సాసాసా - రి స నిస
శ్రీ ,,,, భ వ ఽ - రొాఒఒఒ

ని సరి సరీ - మప ధప - ధారీసా
చీఇఇఇమ - నోఒఒఒ - ర మ ణ

చ సాసాసాసాసా - రీసాసా
స గు ణ ని ర్గు - ణముల

ధప మరి - గాగారీసా - రి స నీ
షఅఅఅ - ణ్మతనుల - మఅఅ

సాసాసా - సా ,, సా - సానీ
వ గ లు - చూ ,, ఽ - సం

రి - పమమరి గా
దు - గాఅఅఅన

రీ - గారిపా
ఓ - జాఅస

రిసీ ధాపా
వందన్య

పాదానీనీ
నిజముద

సారీమాపా
ర్శమఅష్ట

సా - రీసారీ
త - సిఇల్ల

రీసా -
ంంఆ -

గా ,,
నా ,,

రి మరిమ-
యిఇలఅ-

ధపమ
అఅఅ

ధానీ
సి ఇ

గా ,,
గం ,,

నిస రి సరీ - మప ధప - ధారీసా	ధనీధాపా ,,	రిమరిమ పవ
వలిరాఅలి - పలి అవ - త్యాఅగ	రాఅ అ జ ,,	విఖసుఉ - తల

పూర్ణచంద్రికరాగము - ఆదితాళము

ఆరోహణము	స ,,	రి చ	గ అం	మ శు	ప ,,	ధ చ	ప ,,	స ,,	అవరోహణము	స ని కా ప ద ప మ

ప పలుకవేమి - నాదైవమా - పరులనవ్వేదిన్యాయమా ॥ ప ॥
అ. అలుగ కారణమేమిరా - రామ - నీవాడించినట్లు యాడిన నాతో ॥ ప ॥
చ తల్లితండ్రి భక్తినొసగి రక్షించిరి - తక్కినవారు లెంతో హింసించిరి -
తెలిసియూరకుండేదెన్నాళ్లురా - దేవాదిదేవ - త్యాగరాజునితో ॥ ప ॥

ప. రిగమారీ ,, సాసా - సన్నిపా	,, - ధారిసా	రీ ,, -
పలుకవే ,, ఏ మి - నాఅఅ	,, - దై ఈవ	మా ,, -
రిగమా - రిగమా - రీ ,, - సాసన్ని	ధా - స స రీ సా	రీ ,, -
పరు లు - న అ ఆ - వ్వే ,, - ఏఏఏ	ది - న్యాఅఆయ	మా -

అ పపమా - పా ,, పమగమరీ ,, అలుగ - కా ,, రఅణాఅమే ,,	గమపమ - రిగమప ఎఎమిఇ - రఅఅఅ	పమపస రాఅఅఅ
పససా ,, నీ - పమరీ - గమపా వాఅడిం ,, చి - నఅఅ - ట్లుడుడూ	సనిపమ - రిగమా యఅఅఅ - డిఇన	పమగమ నాఅఅఅ
చ పాపాపా ,, పా - పమగమరీ తల్లిలం ,, డ్రి - భఅఅఅ_క్తి	పమగమరీ - రీ నొాఒసఅగి - ర	గామా . తీ ం ం .
పమగమ - రీరీ - సా , రి - సన్నిపా తఅఅ అ - క్కిన - వా , అ - రఅలెం	రీ ,, ,, - రీ తో ,, ,, హిం	గామా . సి ం ం .
పపమా - పామా - గమరీ ,, తెలిసి - యూర - కుండే ,,	గమపమ - రిగమప దెఎఎఎ - న్నాఅఅఅ	పమపధ ళ్లుడుడు
పససా ,, నీ - పమరీగమపా దెవవా ,, ది - దేవవవఅఅ	సనిపమ - రిగమా త్యాఅగఅ - రాఅఅ	పమగమ జుడనిఇ

శుద్ధసీమంతినిరాగము - ఆదితాళము.

ఆరోహణము.	స ,,	రి శు	గ సా	మ శు	ప ,,	ద శు	స ,,	అవరోహణము.	స

ప. జానకీరమణభక్తపారి - జాతపాహిసకలలోకశరణ ॥ జా ॥

అ. గానలోలఘునతమాలనీల - కరుణాలవాల సుగుణశీల ॥ జా ॥

చ. రక్తనళినదళనయనన్నపాల - రమణీయానసముకురకపోల
భక్తహీనజనమదగజజాల - పంచవదనత్యాగరాజపాల ॥ జా ॥

ప. గా ,, రీసా ,,,,,, ధా జా ,, న కీ ,,,,,, ర	సాసా ,, - సా మ ణ ,, - భ	రీగా క్తపా
పా ,, పా - పాధాపా - మాగా జా ,, త - పాఆ హి - స క	గా - మ పధపపమ ల - లోఒఒఒఒక	గా - అ -

గా ,, రి - సరిగరి - రిససా - ధా	సాసా ,, - సా	రి గా
జా ,, న - కీఇఇఇ - ఇ ఇ ఇ - ర	మ ణ ,, - భ	క్తపా
పాధాపా - మాపామా - గారీ	గా - మపధపపమ	గ రి -
జా ఆ త - పా ఆ హి - సక	ల - లోఒఒఒఒక	అఅ -
పమ - గారిసరిగరి - రిససా - ధా	సాసా ,,,,	,,,, -
జాఅ - ఆనకిఇఇ ఇ - ఇఇఈ - ర	మ ణ ,,,,	,,,, -
అ పా ,, పా - పా ,, పా - మాపా	ధా - సా ,, సా	రీగా -
గా ,, న - లో ,, ల - ఘ న	త - మా ,, ల	నీఈ -
పా ,, పా - పా ,, పా - మాపా	ధా - సా ,, సా	సరిగ రి
గా ,, న - లో ,, ల - ఘ న	త - మా ,, ల	నిఇఇఇ
పా ,, పా - పా ,, పా - మాపా	ధా - సా ,, సా	సా ,,,,
గా ,, న - లో ,, ల - ఘ న	త - మా ,, ల	నీ ,,,,

గా , రీ , సా ,, సా - థాపా క , రు , ణా ,, ల - వాల	థా - పథపామా ల - సుడ గు ణ	గారిసారి ‖ శీఈ-ఈల ‖
గా , రీ , సా ,, సా - థాపా క , రు , ణా ,, ల - వాల	థా - మగప మ థప ల - సుడగుడణలి	థథపమ - శి ఇ ఇఇ -
చ మా ,, మా - మామామా - మగా ర ,, క్త - న ళి న - ద ళ	మాథాపామా న య న వృ	పమగారిస ప అ ఆ ఆల
పరిగమ - పమగా - రీ ,, సాసా రఅమఅ- ణిఇ ఈ -యా ,, న న	సాథాసారీ ముకురక	గా ,, మా షా ,, ఓ
పా ,, పా - పా ,, పా - మాపా భ ,, క్త - హృ ,, న - జ న	మాపాథాసా మ ద గ జ	రీగారిసా ‖ జాఆఅల ‖
గా ,, రీ - గారీసా - థా సా పం ,, చ - వ ద న - త్యాల	థా - మగపమథప గ - రాఅఅఅఅజ	థథపమ - పఅఅల -

హరికాంభోజిరాగము - ఆదితాళము

ఆరోహణము.	స	రి	గ	మ	ప	ధ	ని	స	అవరోహణము	స ని ధ
	,,	చ	అం	శు	,,	చ	కై	,,		

ప చేనితోడితేవే - ఓమనసా ॥ చేని ॥

అ కనికరముతో - కనికరమిడిచిన - కాలముసుఖమనుభవింపవేగమే ॥ చేని ॥

చ పతితులబ్రోచే - పట్టాదికారిని - పరమార్థనుత - వసిష్ఠాసుసారిని

దుృతినిర్జితశత- శంభరారిని దురీణత్యాగరాజ - హృచ్చారిని ॥ చేని ॥

ప	పాధా ,, - ప ధనిధధప - మగగా	మా ,, - ,, పా	ప ప -
	చే ని ,, - తొ ఒఒఒఒడి - తె ఎ ఏ	వే ,, - ,, ఓ	మన -
	పాధా ,, - పధ ని ధ ధప - మగగా	మా ,, - ,, పా	పధాని
	చే ని ,, - తొ ఒఒఒఒడి - తె ఎ ఏ	వే ,, - ,, ఓ	మఅ స

పాధా ,, - ప ధనిధధప మగగా	మా ,, ,, గమ	ప ధ - నిసని
చే ని ,, - తొ ౦ఒఒఒడి - తె ఎ ఏ	వే ,, - ,, ఒఒ	రుఅ - నలసే
పాధా ,, - పధ నిధ ధప - మగగా	మా ,, - ,, సా , రి	నీ , స- ధా
చే ని ,, - తొ౦ఒఒఒడి - తె ఎ ఏ	వే ,, - ,, ఓ , ఒ	హూ , అ- నా
పధ పా ధ - నీసని - ధానిధ-పాధపమా-మగగా	మా ,, - గరిసా	స ని ని ధ -
చేని తో౦ఒ - ఓఒఒ - ఓఒఒ - డీఇ ఇఈ - తెఎఏ	వే ,, ఒఒఒ	మఅ నఅ -
అ ,, మనీ ని ధా - ,, ని సా ని సా	, రిరీ , నిసా	ధా నిస రిస -
,, క నీ క రా - ,, ముడూఉతో	, కనీ , కరా	మీా౦ఇడిఇఇ -
,, మనీనిధా - ,, ని సా ని సా	, రిరీ , నిసా	ధనిధ నిసా-ని
,, క నీ క రా - ,, ముడూఉతో	, కనీ , కరా	మిఇఇఇడీ-చి
,, ధ రీస సా - స ని నీ - ధ ని నిస	సరి ని ధా ప - సని	ధ ప - మగప
,, కఅ లమూ - సుఉఖా - మఅనుట	భఅవి-ఈ౦ప్ర - వెఎ	ఎ ఎ - గ అ

	,, ధరీస సా - స ని నీ - థా నీ - ధని సా	నీ సరి - రీగరి - సారిస - నీ స ని	థానిధ-పాధః
	,, కఆలము - సుఉఖా - మూఆ - సుఉఊ	భఅఅ-వీఇఇ-ఈఇఇం-పూఉఉ	వేఎఎ - ఏఎఎ
చ	,, మనీ ధనీ - పాథా - థానిధ	ధప - మాగామా	మా - రిగమ
	,, పతీతులం - బ్రో ఓ - చే ఎఎ	ఎఎ - ప ట్టా ధి	కా - అ అ
	,, గ మా , ప థా ,, - థా నీ స ని - థానిధ	పథ - మాగామా	మా - రిగమ
	,, ప తీ , తులా ,, - బ్రో చేఎ ఎ - ఏ ఎఎ	ఎఎ - ప ట్టా ధి	కా అ అ
	,, సనీ ధ పా - మగరిసా - సానిధ	పథ - మాగామా	మా - రిగమ
	,, పతీ తులా - బ్రొఒఒఓ - చేఎఎ	ఎఎ - ప ట్టం ధి	కా - అ అ
	,, పధ పధ - నిధ ధప - మగగరిసా	సమగామపాప	పా ,, - ,, -
	,, పరమఅ - అర్థఅమ - అఅఅఅవా	సిఇ ప్తాన్తుసారి	నీ ,, - ,, -

తోడిరాగము - ఆదితాళము.

ఆరోహణము	స	రి	గ	మ	ప	ద	ని	స	అవరోహణము	స ని ధ
	,,	శు	సా	శు	,,	శు	కై	,,		

ప చేసినదెల్లమఱచితివో - ఓరామ రామ ॥ చే ॥

అ. ఆసగొన్నట్టిన - న్నలయించుటకు మును ॥ చే ॥

చ రామశ్రీత్యాగరాజ - ప్రేమావతారసీతా-

భామమాటలుదెల్పు శ్రీమాంజనేయుబ్రహ్మ ॥ చే ॥

ప. పధని - ధపమగా - గమాంగ - రీసాసా ,, - రిసాన్ని | సన్నిసా ,, - సా | ,, ధపమ

చెఎఎ - సి ఇ ఇన - అ ఆ అ - దెల్లమ ,, - అఆఅ | చితివో ,, - ఓ | ,, రఅఅ

పధని - ధపమగా - గమగరి - రీసా-సా ,, - రిస సన్ని | ధన్నిసా , రి - గమపా | ,, - ధపమ

చెఎఎ - సి ఇ ఇన - అఅఅఅ - దెల్ల-మ ,, -అఅఅఅ | చితివో , ఒ - ఒ ఒ ఓ | ,, - రఅఆ

పధనిసనీ - ధపమ - గమనిధ - మగ - రిస -రిస సన్ని | ధన్ని - సా - న్ని - సరిగమపధనీ | ధా-ధనిసనిధ

చెఎఎఎ - సి ఇ ఇ - నఅఅఅ - దెల్ల - మఅ-అఅఅఅ | చితి - వో- ఒ - ఒఒఒఒఒఒఓ | ఓ -రఅఅఅవ

	పధనిస - రిరిసని - ధనిసా - సానిధ - పమగమ -		
	చెఎఎఎ - సిఇఇఇ - ఠఅఆ - ఆఅఅ - అఅఅఅ -		
	పధనిస - నిధపమ - గరిసని	ధని సా - ని - సరిగమపధనీ	థా-ధనిసనిథా-
	దెవెల్లఅ - మఅఅఅ - ఆఅఅఅ	చితి - వో - ఒ - ఒఒఒఒఒఒఓ	ఓ-రఅఅఅమ-ర
అ	పధని - ధనిథా - నిసా - సనిసా - ,,,, నిధపమ	పధని - ధనిథా - ని	సా - సనిసా ,,,,
	అఅఅ - సఅఆ - గొన్న - ట్టిఇఈ - ,,,, ఇఇఇఇ	అఅఅ సఅఆ - గొ	న్న - ట్టిఇఈ ,,,,
	పధని - ధనిథా నిసా - సనిథా - ధనిరిప - నిధపమ	పధని - ధనిథా - ని	సా-సనిసా-ధనిరి
	అఅఅ- సఅఆ -గొన్న - ట్టిఇఈ - ఇఇఇఇ - ఇఇఇఇ	అఅఅ - సఅఆ - గొ	న్న-ట్టిఇఈ-ఇఇఇ
	పధని - ధనిథా - నిసా - సనిసా - ధనిరిస - నిధనిస	సాని - రిస - సనిధనిసా ,, నీ	,, - థా ,, - ధ
	అఅఅ-సఅఆ -గొన్న - ట్టిఇఈ - ఇఇఇఇ - ఇఇనఅ	న్నఅ - లఅ - యిoooo ,, - చు	,, - ట ,, - క
చిట్ట	పధనిసరిని - ధనిధధపమ - గరిసనిసా ,,,,,		
	నిధని - సరిగమపమ	పధనిపధ-మపగమ-గధప-పమగరి	సరిగ - సరినిసని
	పధని - పధనిసరి - నిరిసని - సనిధప - పధనిసనిధపమ		
	గమపధధనిసా	పధనిస-రిగమగరిసాని-ధనిసా	రి-గరిసనిధ - రిస

చ గా , గా రి - సారిగమాపా ,, - ధపమగారీసా	స ని ధ నీ , సా	రిగామ - పధపధః
రా , మాఅ - శ్రీఇఇఇత్యా ,, - గఅఅఅం ఆజ	ప్రేఎఎమా , ఆ	వతార - సిఇఇఇ
పా , మా , ధపధ నిస నిధథా - ధనిసని - సాసా	సారిగరిస-నీ స రి స ని - నిధనిస	నిధ - పధనిధ పా-
బా , మ ,మఅఅ- టఅ- లుఉ ఉ - దెఎఎఎ - ఎల్వు	భీ ఇఇఇఇ-మాం౦౦౦ -జఅఅఅ	అఅ-నేఎఎఎయు-

బంగాళ రాగము - ఆదితాళము

ఆరోహణము.	స ,,	రి చ	మ శు	ప ,,	ద చ	స ,,	అవరోహణము	స గ ప

ప. మును పే తెలియకబోయెనా - మునినుతదయ లేదాయెనా ॥ ము ॥

అ అనువిసుమంత లేదనుచునున - న్నలయించి వేడుకజూచుటకు ॥ ము ॥

చ ఆనాటిమంచినడతనుజూచినీ - వత్యంతకృపసేయ లేదా -
ఈనాడునాబుద్ధిగ్లౌనినీ - కినుకులతిలక శ్రీత్యాగ రాజసుత ॥ ము ॥

ప సా రీ - గమపాపా ,, - పమరీ	పమరీ - గా , రి	సరిగరి
మును - పెఎ ఏ ఏ ,, - తెలి	యఅక - పో , ఒ	ఒఒయెఎ

సా రీ - గమపమరీ ,, - పాసని	పమరీ - గా , రి	సరిగరి
ముసు - పెఎఎఎ ,, - తెలిఇ	యఅక - ఇో , ఒ	ఒఒయొం
సా రీ - గమపా - రిగమపా - మరీ	సాసని - పమరీ	గా , రి
ముసు - పెఎఎ - ఎఎఎఎ - తెలి	యకఅ - ఇాఒఓ	ఓ , యె
సా రీ - గమపమ సాపా - మామా	మారీ - గా , రి	సరిగరి
ముసు - పెఎఎ - ఏఏ - తె లి	యక - ఇో , ఒ	ఒఒఒయొ
పాపా - సాసా - సనిపా - పమరీ	పమరీ - గా , రి	సరిగరి
ముని - నుత - దఅయ - లెఎఎ	దఅఆ - ఆ , అ	అఅఅయె
పాపా - సాసా - నిపమరి - నిపమరి	సా , ని - పమరీ	గా , రి
ముని - నుత - దఅయఅ - లెఎఎ	దా , అ - అఅఆ	ఆ , యె
పాపా - సాసా - రీ రీ - గాంమగగారీ	సపాస - పపాప	గా , రి
ముని - నుత - దయ - లేఎఎఎఎ	దఆఅ - అఆఅ	అ , యె

అ పాసా - పాసా - రీ ,, గాగా	మారీ - గాగా	రి గ రి గ
అ ను - వి సు - మ ,, ం త	లె ఎ - ద ను	చుడనుడ.
{ సా ,, - ,,,, - ,,,, - ,,,,	గామగగా ,, - రీ గరి రీ	సారిససా ,
రీ ,, - ,,,, - ,,,, - ,,,,	ఈఇ ఇఈ ,, - ఈఇఇఈ	ఈఇఇఈ,,
సాసా - స ని పా - పమరీ - పాసా	సానిప - మరిగా	గారిగ -
న్న ల - ఆఅయిం - ంం చి - వేడు	కజుడ ఉడుడూ	చుటఅ -
చ. పాపా ,, పా - పమరీ - పమరీ	గాగా - గారీ	గమపమ
ఆ నా ,, టి - మంం - ంంచి	న డ - తను	జుడుడు
పాపా ,, స ని - పాసని - పమరీ	గాగా - గారీ	గమపమ -
ఆ నా ,, టిఇ - మ ంం - ంంచి	న డ - తను	జుడుడు -
పా ,, - సా ,, - నీపా - మారీ	సాసని - పమరీ	గామా -
వ ,, - త్యం ,, - ం త - కృప	సేఎఎ - ఎఎ ఏ	య లే -

సాసా - పాసా - రీ ,, గాగా	మారీ - గాగా	రిగరిగ .
ఈనా - ఆ డు - నా ,, బుద్ధి	ఇ ఇ - ట్లా డా	నలనిఇ
సాపా - సనిపా - పమరీ - పాసా	సా ని ప - మరిగా	గారిగ .
ఇ న - కుడుల - తిఇ ల - క శ్రీ	త్యాగఅ - ర అ ఆ	జానుడు

మోహన రాగము - ఆదితాళము.

ఆరోహణము	స ,,	రి చ	గ అం	ప ,,	ధ చ	స ,,	అవరోహణము		స

ప నను పాలింప నడచివచ్చితివో - నాప్రాణనాథా ॥ న ॥

అ వనజనయనా మోమునజూచుటే - జీవనమని నెనరున - మనసుమర్మము దెలిసి ॥ న ॥

చ సురపతినీలమణినిభ తనవుతో - యురమునముత్యాపు సరులచయముతో
కరమున శరకోదండకాంతితో - ధరణితనయతో త్యాగరార్చిత ॥ న ॥

ప	,,,,గాపా - ,,గా,,,రి - సా,,, - ,,, - ధా,,ధా,,	పా ,, ధసా - ,, రిగా ,,	గా ,, గా :
	,,,,న ను - ,,పా,,,అ - లి ,,, - ,,, - ఇం,, ప ,,	అ ,, నడ - ,, చి వ ,,	చ్చి ,, తి .

,,,,గాపా - ,, గా ,,, రి - సా ,,, ,,, - ధ్గా ,,ధ్గా ,,	ప్గా ,, ధ్గసా - ,, రిగా ,,	గా ,, గా ,,
,,,, న ను - ,, పా ,,, అ - లి ,,, - ,,, - ఇం ,, ప ,,	అ ,, న డ - ,, చి వ ,,	చ్చి ,, తి ,,
రీ,, గాపా - ,,గాగారి - సరిసరిరిగగప - గరిరిససాధ్గా	ప్గా ,, ధ్గసా - ,, రీగా ,,	గా ,, పా ,
ఓ,, న ను - ,, పాఆఆ - లిఇఇఇఇఇఇ - ఇఇఇఇఇంప	అ ,, న డ - ,, చివ ,,	చ్చి ,, తి ,
గారి-గాపా-,,గాగారి - సరిగప గారిరి - సా,,పధసధ	గపప్గా - ధ్గసా - ,, రీగా ,,	పాధసధధ
ఓఓ - నను - ,,పాఆఆ - లిఇఇఇ-ఈఇఇ - ఈ,,ఇఇంపఅ	అఅఆ - నడ - ,, చివ ,,	చ్చిఇతిఇఇ-ఈ
గరిరీ - గాపా-,,గాగారి సరిగప గారిరి - సా,,పధసధ	ధ్గపప్గా - గా ,, - పాధా ,,సా	సా రి - ధా
ఒఒఒ- నను -,,పాఆఆ - లిఇఇఇ-ఈఇఇ -ఈ,,ఇఇంపఅ	అఅఆ - నా ,, - ఆ ప్రా ,, ణ	నాఅఅ ఆ
గ రి రీ -గాపా-,,గా గారీ-సరిగ ప గారిరీ -సా ,, పధసధ	ధ్గపపా - గా ,,- పాధా ,,సా	రీ గ రి-సారి
దాఅఆ- నను -,,పా ఆఆ - లిఇఇఇ-ఈఇఇ -ఈ,,ఇఇంపఅ	అఅఆ - నా ,,- ఆప్రా ,, ణ	నాఅఅ-ఆ అ
గ రి రీ ॥		
ధాఅఆ ॥ నను ॥		

అ ,,,, గాగా - ,, పాధా ,, సా ,,, - ,,, - సా ,, సా ,, | ,,,, గాగా - ,, పాధా ,, | సా ,, సా ,,

,,,, వ న - ,, జ న ,, య ,,, - ,,, - న ,, మో,, | ,,,, వ న - ,, జ న ,, | య ,, న ,,

సా,,గాగా - ,, పాధా ,,సా,,సా,, సా రి స -ధాసధ | పా ,, గాగా- ,,పా ధా ,, | సారిస -రీ గ

ఓ ,, వ న - ,, జ న ,,య,,న ,, మోఒఒ -ఓ ఒ ఒ | ఓ ,, వ న - ,, జ న ,, | యఅఅ-నాఅ

పా,,గాగా - ,, పాధా ,, సా ,,, - ,,, - సా ,, సా ,, | ,,,, సా రీ - ,, స రి గా రీ | రీసారిరిధా -

ఓ ,, వ న ,, జ న ,, య ,,, - ,,, న ,, మో,, | ,,,, మున - ,, జూడఊచు | టేజీఇఇఈ -

,,,, గాగా ,, గాగా ,, - రీగరిగారీ -గాపాగపధప | గాపాధాసా - ,, సా పా | సధసా - ధప

,,,, న న - ,, మ ని ,, - నేనఅరుడ-నాఆఅఅఅఅ | ఆ ఆ మ న - ,, సు మ | ర్గఅఆ -ముడ

గరిసరి ||

ఇఇఇఇ || నను ||

చ ,,,,ధాపా-,,ధా గా,,-పాగాపధపా-గాగారీ,,	,,,, ధా ,, - పాగారి ,,	పా ,, పా
,,,,సు ర-,, పతి ,,-నీఈ ఇఇఉా -ఇ ఈల,,	,,,, మ ,, - ణినిభ ,,	త ,, సు
,,,,గాసా-,,ధాసా,,-సా రి స-ధాసధ-పా గారీ,,	,,,, సాధా - ,, సారి ,,	గా ,, పా
,,,,యుర-,,మున ,,-మూాఉడ-ఊఉడ-త్యాఆపు,,	,,,, పయ - ,, లచ ,,	య ,, ము
,,,,గాగా-,,పాధా,,-సా,,ధా,,-సా,,సా,,	,,,, సారీ - ,, సరిగారీ	సారిరిధా
,,,,క ర -,,ము న,,-శ ,,ర ,,-రో,, ఓ,,	,,,, దం - ,, ంంండ	కాఆఅఅ
,,,,గాగా-,,గాగా,,-రీ గ రిగా రీ-గాపాగపధప	గాపాధాసా - ,, సాపా	పధసా-ధ
,,,,ధ ర -,,ణి త ,,-నాఅఅఆయ-తో ఓఒ ఒఒఒ	త్యాఆఆగ - ,, రాఆ	జఅఆ-ర్పి

గరిసరి ॥

అఅఅఅ ॥ వసు ॥

హిందోళరాగము - ఆదితాళము

ఆరోహణము.	స	గ	మ	ప	ధ	ని	ధ	ప	అవరోహణము	స ని ధ
	,,	సా	శు	,,	శు	కై	శు	,,		

ప సామజవరగమన - సాధుహృత్సారసాబ్జపాల - కాలాతీత - విఖ్యాత ॥ సా ॥

అ సామనిగమజ - సుధామయగాన - విచక్షణా - గుణశీల -
దయాలవాల - మాంపాలయ ॥ సా ॥

చ వేదశిరోమాతృజ సప్తస్వర - నాదాచలదీప - స్వీకృత -
యాదవకుల - మురళీనాదన - వినోద - మోహనకర - త్యాగరాజవందనీయ ॥ సా

ప సామా - మగసా - సన్నిధా - నీ నీ	సా ,, - ,, - ,,	సామా
సా ఆ - మ అజ - వఅర - గమ	న ,, - ,, - ,,	సా ఆ
మగగమ - గగసా - సన్నిధా - నీనీ	సా ,, - ,, - ,,	సామ్గా
త్సఅఅఅ - మఅజ - వఅ ర - గమ	న ,, - ,, - ,,	సా ఆ

ధా నీ - ధధమా - మగసా - సని ధని	సా ,, - ,, - ,,	సామా
త్నాఅ - మఅజ - వఅ ర - గఅమఅ	న ,, - ,, - ,,	సా ఆ
సనిధా - నిధమా - మగసా - సనిధని	సా ,, - ,, - ,,	సామా
త్సఅఅ - మఅజ - వఅ ర - గఅమఅ	న ,, - ,, - ,,	సాఆ
గా , మ - ధా , ని - సా , ని - ధానీ	సా ,, - సా , - ని	ధా -
త్నా , ర - సా , బ్జ - పా , ల - కాఅ	ల ,, - తీ , - త	వి -
సా ,, - నిధమా - మగసా - సనిధని	సా ,, - ,, - ,,	సామా
సా ,, - మఅజ - వ అ ర - గఅమఅ	న ,, - ,, - ,,	సా ఆ
గమ ధని - నిధాని - సా , ని - ధానీ	సా ,, - సా , ని	నీ - స
త్సఅ రఅ - స ఆ బ్జ - పా , ల - కాఅ	లా ,, - తీ , త	వి - ఖ్య

మగసని - ధమ గస - సనిధా - నీ నీ	సా ,, - ,, - ,,	సామా -
సఅఅఅ - మఅ జఅ - వ అ ర - గము	న ,, - ,, - ,,	సా ఆ -
అ. సా ,, - మానీ - ధానీ - సా నీ	సా ,, - ,, - ,,	సా ,, - ని
సా ,, - మ ని - గ మ - జ సు	ధా ,, - ,, - ,,	ఆ ,, - అ
సా ,, - మానీ - ధానీ - సానీ	సా , ని - ధనిసా	ధనిసా -
సా ,, - మ ని - గ మ - జ సు	ధా , అ - అఅఆ	అఅఆ -
సా ,, - సమమగ - మధధమ - ధని నిధ	ధనిసా - ధనిసని	ధనీధ - ధ
సా ,, - మఅ నిఇ - గఅమఅ - జఅసుడు	దఅఅ - అఅఅఅ	అఆఅ - అ
సా ,, - మానీ - ధానీ సానీ	సా ,, - ,, ధ ని	సా ,, -
సా ,, - మ ని - గ మ జసు	ధా ,, - ,, మయ	గా ,, -

మా ,, - మగసా - సనిధా - ధని సగ	ససనిధ - ధనిసస	సనిధమ గవ
చ ,, - తులణ - గుడణ - శిఇ లడ	యలిలలి - పలిలలి	మలిలిలిం- పలి
చ. సా ,, - మాగామా ,, - మా ,,	ధానీ - ధనిసని	నీధా - ధా
వే ,, - ద శి రో ,, - మా ,,	త్యజ - సలిలీ	ష్ఠలి - స్వా
సా ,, నిధమా - మగసా - స నిధసీ	సా ,, - ,, - ,,	సామా -
నా ,, దలి ఆ - చ ల ల - దిఇఇఈ	ప ,, - ,, - ,,	స్వీ ఈ -
మానీ - ధానీ - ధానీ - సానీ	సా ,, - ,, - ధా	నీసా - సా
యాలి - ద వ - కు ల - మురి	లీ ,, - ,, - నా	ఆద - న
మాగాసా - స ని ధా - నీసాసా	ధ ని స ని - ధా , మ	మా , గ - గ
నో ఓ ద - మొఙమా - న క ర	త్యాలిగలి - రా , జ	వం , ద - నీ

దర్బారురాగము - ఆదితాళము

ఆరోహణము.	స ,,	రి చ	మ శు	ప ,,	ధ చ	ని కై	ṡ ,,	అవరోహణము	ṡ ని ధ ప మ

ప నారదగురుస్వామి - యికనైనన - న్నాదరింపవేమి - ఈఁ అవేమి ॥ నా ॥

అ సారెకుసంగీతయోగనైగమ - పారంగతుడైన పరమపావన ॥ నా ॥

చ. ఇతిహాసపురాణాగమ చరితము - లెవరివల్లగలిగె -

పతినిదానమియ్యబుద్ధిసత్య - బామకెటులుగలిగె -

ద్యుతిజితశరదభ్రనినువినాముని - యతులకెవరుగలిగె -

క్షితినిత్యాగరాజవినుత సమ్మతిజంతదీర్చిప్రహ్లాదునిబ్రోచిన ॥ నా ॥

ప. ,, - పమరీ , - గగరి - స రి స రి- ṡ సానిస రి స	రి ,,,, - రిపా	పా ., - ,,
,, - నఆఆ , - రఅద - గుఉరుఉ- స్వాఆఅఅఅఅ	మి ,,,, - ఇక	నై ,, - ,,

,, - పమరీ , - గగరి - స రి స రి - స్నీ సాని స రిస	రీ ,,,, - రిరి	రీమా-రిమపా
,, - సఅఆ , - రఅద - గుఉరుఉ - స్వాఆఅఅఅఅ	మి ,,,, - ఇక	నై -ఈ-ఇఇ-ఈ
,, - పమరీ , - గగరి - స రి స రి - స్నీ సా ని స రిస	రీ ,,,, - రిమ	ప ధా - నినిస
,, - సఅఆ , - రఅద - గుఉరుఉ - స్వాఆఅ అఆఅ	మి ,,,, - ఇక	నై ఈ - ఇనన
,, - పమరీ, - గగరి - స రి స రి - స్నీ సా ని స రి స	రీ ,,,, - రిమ	పధా - నినిస
,, - సఅఆ, - రఅద - గుఉరుఉ స్వాఆఅ అఅఅ	మి ,,,, - ఇక	నై ఈ - ఇనన
సా - సధప మరీ - గ గరి - స రి సరి - స్నీ సాని పరీ	రీమా-రిమపా-మప ధా-మపధని	సా రీ - మరి
ఆ - సఅఅఅఆ - రఅ ద - గుఉరుఉ - స్వాఆఅఅఆ	మి-ఈ-ఇఇ-ఈ-ఇఇ ఈ-ఇఇ కఅ	నై ఈ - ఇ న -

రి స - ధసధాపా - ధధపామా - రమ రీసా	ని సరీ - రిసధా	నిధ పా-మ
అఅ - న అఆ ద - రిఇ ఈ ంప - వెఎ ఏమి	ఇఇఈ - క అఆ	సుడుఁడూ-లెఎ
ధని -సధప మరీ-గ గరి- స రి స రి- స్రీసా నిస రిస	రీ ,, - ,,,,	సా ,, - ,,,,
మిఇ-నలఅఅఅ-ర అద- గుడురుడు- స్వాఆఅఅఅఅ	మి ,, - ,,,,	ఈ ,, - ,,,,
అ ,, - నిసా - ధపా - ధనిపధ -పమరీమా	పా - మా , ధా	నీ , స -
,, - స ఆ - రెకు - సం ౦౦ -గి ఇఈ త	ఆ - యో, గఆ	నై , గ -
,, - మరి - మ రిస - నిస ధ ప - మగధని	సా - నిసపధమగ	మగధపమ
,, - పఅ - రం ౦౦ - గఅ తుడు - డై ఇఇఇ	స - పఅరఅమఅ	పఅఅఅవఅ
రి సరీ-పమరీ, - గగరి- స రి స రి- స్రీ సా నిస రిస	రీ ,, - ,,,,	సా ,, - ,,,
అఅఅ-నఅఆ, - రఅద- గుడురుడు- స్వాఆఅఅఅఅ	మి ,, - ,,,,	ఈ ,, - ,,,

చ ,, ధప ధమ - పరిపమ - ధప -మరిగగ	రి స రీ - సరిరి - గరిస	నిస రిస - రీ
,, - ఇతిహాఅ - సపురఅ - ణాఅ - గమచరి	తముడూ - లేవరి -వఅల్ల	గఅలిఇ - గే
,, - రిపమ - ధపధ - నీ స - ధాప-పమరిగ	రి స రి-స మరి-గ రి స	నిస రిస - రీ
,, - పతి ని - దఅన - మియ్యా - బు ద్ధి-నఅఅఅ	త్యఅఅ-భఅమ-కెటులు	గఅలిఇ - ఏ
,, - ధధ పమ - రిమపా - ధాధసధాపా-ధపపమ	ప ధ - ధ రి స స ధ ప	నిసరి స - రీ ,,
,, - ద్యుతిజితి - శ ర ద - భ్రినిఇను వి -నఅఅఅ	ముని - యతుల కెటుల	గఅలిఇ - గే
,, - ధ నిస - రి స రి - గగరి -సరిసాధా-ధపపమ	పధ - నిసరిస - నిసధా-పా	మపధప సాపా-ధని
,, - క్షితిని - త్యఅగ - రఅజ -విఇ నుత-నఅఅఅ	స్మితి-చిం০০০-తఅ దీ - ర్చి	ప్రఅఅఅప్లాత్ర-దు
రి సరీ - పమరీ - గగరి - స రిస రి- నీ సా నిస రిస	రీ ,, - ,,,,	సా ,, - ,,,, ‖
-చిఇన - నఅఆ - రఅద - గుడురుడు- స్వాఅఅఅఅ	మి ,, - ,,,,	తా ,, - ,,,, ‖

కాంభోజిరాగము - ఆదితాళము.

ఆరోహణము.	స	రి	గ	మ	ప	ధ	˙స	అవరోహణము.	˙స ని
	,,	చ	అం	శు	,,	చ	,,		˙స కై

13

ప. మాజానకీచెట్టబట్టగా - మహారాజవైతివి ॥ మా ॥

అ రాజరాజవర - రాజీవాక్షవిను - రావణారియని - రంజిల్లుకీర్తి ॥ మా ॥

చ కానకేగియాజ్ఞ - మీరగమాయా - కరమొంది - శిఖచెంతనేయుండి

దానవునివెంటనే - చనియశోకతరుమూలనుండి -

వానిమాటలకు - కోపగించికంట - వధియించకనేయుండి -

శ్రీనాయకయశమునీకేగల్గ - జేయలేదత్యాగరాజపరిపాల ॥ మా ॥

ప ,, - ,, - ,, ॥ పా ,, పా ,, ధా	పా , మా , గా	మాప
,, - ,, - ,, ॥ మా ,, జా ,, న	కి , ఈ , చె	ట్ట బ
పా ,, - ,, ॥ పాధనిధా - పా ,, ధా	పా , మా , గా	మాప
గా ,, - ,, ॥ మాఅఅఆ - జా ,, న	కి , ఈ , చె	ట్ట బ

ధా , నిని ధ ॥ పాధనిధా - పా ,, ధా	పధప - మపమగా	మాపా ,,
గా , అఅఅ ॥ మాఅఅఆ - జ" ,, న	కిఇఇ - ఇ ఇ ఇ చె	ట్ట బ ,,
నిధానినిధ ॥ పధ సానీ ,, ధా	పధప - మపమగా	మాపా ,,
గఆఅ అఅ ॥ మఅఆజా ,, న	కిఇ ఇ - ఇ ఇ ఇ చె	ట్ట బ ,,
ధా , నిని ధ ॥ ప ధ స రి - గామగ - రీగా	రిసానిధప - గా	మాపా ,,
గా , అఅఅ ॥ మఅఅఅ - జాఅ అ - ఆన	కిఈ ఇఇఇ - చె	ట్ట బ ,,
ధా , నిని ధ ॥ మగ రిస - సనిపాధా	సా , రీ , గా	మాపా ,,
గా , అఅఅ ॥ మఅఅఅ - జ అ ఆ న	కి , ఈ , చె	ట్ట బ ,,
ధా , నిని ధ ॥ ప ధ సా ,, నీ	ధప మప - ధానిధపా	పధా - ధప
గా , అఅఅ ॥ మహా రా ,, జ	వై ఇ ఇఇ - ఈ ఇఇ ఈ	తి ఈ విఇ

, - గమపామ ‖ పాధాసా ,, నీ	ప ధ - సారి గరీసరి	సని ధ
, - ఇ ఇ ఈ ఇ ‖ మ హారా ,, జ	వై ఇ - ఈఇఇఈఉఇ	ఇఇ ఇ
పమగమపమ ‖ రిసాని - సనీధ - నిధ	, ప - ధపామ - గా	మాప
ఇఇ ఇ ఇ ఇఇ ‖ మఆఅ - జఆఅ - నఅ	, అ - కి ఈ ఇ - చె	ట్ట బ
అ పా ,, - ,, ‖ పాధా - సనిపాధా	సా , సా , గా	గా -
గా ,, - ,, ‖ రా జ - ర అ ఆ జ	వ , ర , రా	జీ -
సరిగామగరీ ‖ పాధా - పధస నిపధ	సాసా ,, గా	గా -
విఇనూడుడూ ‖ రా జ - రఅఅఅజఅ	ప ర ,, రా	జీ -
సరి గామ గరి ‖ రీసా - నిధపా - ధా	రీ సా ,, నిధ	ధపమ
విఇనూడుడుడూ ‖ రావ - ణఅఆ - రీ	యనీ ,, రం	ంన్నజి క

రిగమపామ ॥ రీసా - నిధపా - పధ	స ం - రీగరిసా - నిధ	ధపమగగ
కిఇఇ ఈ ర్తి ॥ రావ - ణ అఆ - రిఇ	యఅ - నీఇఇఈ - రం	ంంజిఇఇ
రిగమపామ ॥		
కిఇ ఇ ఈ ర్తి ॥ మా ॥		
చ. ,, - ,, - ,, ॥ నీధాపా ,, పా	పధాధపమ - గా	మాపా -
,, - ,, - ,, ॥ కా న కే ,, గి	యఆజ్ఞఅఅ - మీా	ర గ -
పా ,, - ,, ॥ పాధా - మపధాపా	మపాపమా గా	మపా -
యా ,, - ,, ॥ క ర - మొఒఓంది	శి ఈ ఖ అ చెం	త సే -
పా ,, - ,, ॥ మాపాధాసారీ - ధాధ సరీ	ధాధానిధపాపా	మాపాధ
డీ ,, - ,, ॥ దా న పు ఊ ని - వెంటఅఅ	నేప చని యాఅ	శో కాత

గ రి గమగారిస ॥ నీధా పా ,, పా	పధాధపమ - గా	మాప
సుడుడుడుండీఇఇ ॥ వానిమా ,, ట	లఅకుడుడు - కో	ప గి
నినిధా ,, ॥ పాధాధపమా - గా మా	పాధని - ధానీ- పా ధా	పధ స
క ం ట ,, ॥ వ ధిఇఇయి ం - చ క	నే ఎ ఎ - ఏఏ - యూఊ	ఉఉ
పా ,, - ,, ॥ మగపధ స రి - గారి	స రి గా - సరిగా	సారిస
డీ ,, - ,, ॥ శ్రీఇనఅ అఅ - యక	యశోము - నిఇఈ	కేఎ ఎ
ధా ,, - ,, ॥ ధ స రి గ - సానీధా	ప ధ సా - రి స	నిధప
ల్గా ,, - ,, ॥ జైఎయఅ - లే ద ఆ	త్యాఅగా - రఅ	జలప
రిగమపామ ॥		
పఅఅఆల ॥ మా ॥		

చిట్టస్వరం ॥ పనిధనిపధపమగమ - రిమగమరిగ - సరిసనిధప - గధసరిరిగగమమ -

పధనిధపధ - మగపధ - రిసగరిమగరిగ - సరిసని - ధరిసనిధప - పధపమ ॥ మాజా ॥

హరికాంభోజిరాగము - ఆదితాళము

ఆరోహణము	స ,,	రి శు	గ అం	మ శు	ప ,,	ధ చ	ని కై	స ,,	అవరోహణము	స ని

ప దినమణివంశతిలక - లావణ్యదీనశరణ్య ॥ దిన ॥

అ మనవినిబాగుగ - మదినిదలంచుచు - చనవుననేల - చాలుగాజాలు ॥ దిన ॥

చ శర్వవినుతనను - సంరక్షింపను - గర్వములేలే - గాచువారెవరే -

నిర్వికారగుణ - నిర్మలకరధృత - పర్వతత్యాగరాజ - సర్వస్వమా ॥ దిన ॥

ప ,, - ధపామగా - రిగరిగ - రిససా	,, - సరీగమా	గ రిరీ
,, - ది న మ ణి - వం౦ ౦ - శ అఅ	,, - తిలకలా	వఅఅ
గమ - ధపామగా - రిగరిగ - రిససా	,, - సరీగమా	మగగ
అఅ - ది న మ ణి - వం ౦ ౦ - శ అఅ	,, - తిలకలా	వఅఅ
పా - ధపామగా - రిగమపధపమగ	రి స సరీగమా	రిగమ
ఆ - ది న మ ణి - వం౦౦శఅ అ అ	అఅ - తిలకలా	వఅఅ

మప - పధనిధపా - మగరీ - మగగరి	సా ,, - ,,,,	నిసరిగ
అఅ - డిఇఇ ఇ న - శఅఆ - రఅఅఅ	ణ్యా ,, - ,,,,	అఅఅ
సా - నిధా-సమగ-రిగమపధనిధస-మగగరిసా ,,	,, సరీగమా	మగగ
ఆ - దిన - మణిఇ-వంంంం ం ం - శఅఅఅఆ ,,	,, - తిలక లా	వఅఅ
పా - పధనిదపా - మగరీ - మగగరి	సా ,, - ,,,,	నిసరి
ఆ - గిఇఇ ఇ న - శఅఆ - రఅఅఅ	ణ్యా ,, - ,,,,	అఅఅ
అ. ,, - ధనీసనీ - సా ,, సాసా	,, - రిగామగా	గరిసా
,, - మనవిని - బా ,, గుగ	,, - మదినిద	లంం
,, - ధనీసనీ - సా ,, సాసా	,, - రిగామగా	గరిసా
,, - మనవిని - బా ,, గుగ	,, - మదినిద	లంం

,, - రిసానినీ - నిధపాధనిసా	,, - నిథాపమా	గమపా
- చనవు న - నెఎ ఏ ఎఎల	,, - చఆ లుగా	జఅ ఆ
చ ,, - పపాపపా - థానీథాపా	,, పమనిథపా	మగరిగ
,, - శఆర్వవి - ను తనన్ను	,, - స ం ం ం ర	ఙ్కిం oc
,, - నిథాపమా - రీగామాపమగా మగ రి గ రి	సా - సరీగ మా	గమగా
,, - గ ఆర్వము - లే ఏ ఏ ఎ ఎ ఏ ఎ ఎ ఏ ఎ ఎ	లే - గఆచువా	రె ఎవ
,, - నినిథా - నీసా - నీసాసా	,, - రిగామగా	గరిసా
,, - నిఇర్వి - కాఆ - ర గు ణ	,, - నిఈర్మ ల	క అ ర
,, - రిసానినీ - ని థ పా - థనిసా	,, - నిథాపమా	గమపా
,, - పఆర్వత - త్యాఅ గ - ర అ జ	,, - స ఆ ర్వఆ	స్వాఅఆ

కళానిధి రాగము - ఆదితాళము

ఆరోహణము	స	రి	గ	మ	ప	ప	మ	ధ	ని	ॺ	అవరోహణము	ॺ ని ధ
	,,	చ	అం	ప్ర	,,	,,	శు	చ	కా	,,		

14

ప. చిన్ననాడేనా - చెయిబట్టితివే ॥ చి ॥

అ ఎన్న రానియూడిగముగైకొని - యెంతోనన్ను పాలనము చేతునని ॥ చి ॥

చ ఇట్టి వేళవిడనాడుదమనియో - ఏలుకొందమనియో - ఎంచినావు తెలియ -

గిట్టుప్రావ వేసుగుణవారినిధి - గొప్పదైవమా త్యాగరాజనుత ॥ చి ॥

ప ,,,,,, - సారీగా ,, మా	సా ,,,, - పా	, మగా
,,,,,, - చిన్ననా ,, డే	నా ,,,, - చె	, యిప

గా , రిసని - సారి గా ,, మా
తి , వేఎఎ - చిన్నా నా ,, డే

మగారిసనీ ॥
తి ఇవేఎఎ ॥ చిన్న ॥

అ ,,,,,, - థానీసా ,, నీ
,,,,,, - ఎన్నరా ,, ని

ధపమపామ - ధానీసా ,, నీ
నిఇఇఈఇ - ఎన్నరా ,, ని

ధపమపామ - మాధానీ ,, సా
ని ఇ ఇ ఈఇ - ఎంతోన ,, న్న

గా [illegible] ॥

సా , సా , - మధ	నిస -
నా , ఆ , - చెయి	ఇఇ -
సా ,,,, - ధని	సానీ
యూ ,,,, - డిగ	ము ,
సా ,,,, - మధ	ధ ప
యూ ,,,, - డి గ	ముఉ
నీ ,,,, - ధప	మా
పా ,,,, - లన	ము

చ ,,,,,, - మామామా ,, ధా	నిధనీ ,, - ధా	పాగా
,,,,,, - ఇ ట్టి వే ,, ళ	వి ఇడ ,, - నా	ము ద
రీ , సా , - పామాగా ,, రీ	రి రీ సా , - సా	సాపా
ని , యో , - పలుకొం ,, ద	మనియో , - ఎం	చి నా
నిధనీ , - ధానీసా ,, నీ	సా ,,,, - ధని	సా నీ
తెలియ , - గుట్టుప్రో ,, వ	వే ,,,, - సుగు	ణవా
ధానిధపమ - ధానీసా ,, నీ	సా ,,,, - మధ	ధ ప -
నిధిఇఇఇ - గుట్టుప్రో ,, వ	వే ,,,, - సుగు	ణఅ -
ధానిధపమ - మాధా - నీ ,, రిస	నిధనీ ,, - ధస	మా -
నిధఇఇఇ - గొ ప్ప - ద్దై ,, వఅ	మఅఅ ,, - త్యాఅ	గ -

గా , రిసని ॥
ను , తలఅ ॥ చిన్న ॥

సురటిరాగము - ఆదితాళము

ఆరోహణము	స ,,	రి చ	మ శు	ప ,,	ని కై	స ,	అవరోహణము.	స ని ధ చ ప మ గ అం ప మ రి

ప వేతెవ్వారే - గలి -వేమాటులకు - సీతాపతే ॥ వే ॥

అ ఈపేశులోకములకా - థారుడనగు - నిన్నువినా ॥ వే ॥

చ బృందారకాదిముని - బృంధశుకసనకస - నందన -

శ్రీనారథార - విందోద్భవ - శ్రీభవపురందరులకు -

శ్రీత్యాగరాజునికి - నిన్నువినా ॥ వే ॥

ప ,,,, - ,, - రీ మా - పానీథా	పా - ,, - ,, పా	మాంపధ - పాప
,,,, - ,, - వేప - రెవవ్వా	రే - ,, - ,, ప	వ ం ం - వ గ
రీ ,, - ,, - రీమా - పానీథా	పా - ,, - ,, - రిమ	పధపా - ,, మా
తి ,, - ,, - వేప - రెవవ్వా	రే - ,, - ,, - ఎం	ం ం వ - , గ

రీ ,, - ,, - రీమా - పానీధా	సనినిధ - ధపపమ	పధనిధ
తి ,, - ,, - వేప - రెపవ్వా	రెఎఎఎ - ఎఎఎఎ	ఎఎఎ
రీ ,, - ,, - రిమ - రిమ రీ - సారీ	సన్నిసా - ,, రీ	మారి
తి ,, - ,, - వెఎ - ఎఎమా - ఆరు	లఅను - ,, సీ	ఈ త
పా ,, - ,, - రిమ - రిమ రీ - సారీ	సన్నిసా ,, రీ	మారి
తే ,, - ,, - వెఎ - ఎఎమా - ఆరు	లఅను - ,, సీ	ఈ త
సానిధ - పమ - రిమ - రి మ రీ - సారీ	సన్నిసా - ,, రీ	మారి
తేఎఎ - ఎఎ - వెఎ - ఎఎమా - ఆరు	లఅను - ,, సీ	ఈ త
సారిసనిధ - పమ ॥		
తేఎఎఎఎ - ఎఎ ॥ వేరె ॥		

అ. ,,,, - ,, - పా - నిధపా - ,, మా	రీ ,, - ,, మా	పా నీ
,,,, - ,, - ఈ - ఇఇరే - ,, డు	లో ,, - ,, క	ఆము
సా ,, - ,, - పా - నిధపా - ,, మా	రీ ,, - ,, మా	పా నీ
కా ,, - ,, - ఈ - ఇఇరే - ,, డు	లో ,, - ,, క	ఆము
సరిసరి - సరిరిస - నిధపా - ,, మా	రీ ,, - ,, మా	పా నీ
కాఅఅఅ - అఆఈఇ - ఇఇ రే - ,, డు	లో ,, - ,, క	ఆము
సనిధని - సరి రిస - నిధపా - ,, మా	రీ ,, - ,, మా	పా నీ
కాఅఅఅ - అఅఈఇ - ఇఇ రే - ,, డు	లో ,, - ,, క	ఆము
సా ,, - ,, - సని - సరి సా - ,, నీ	నిధ స నీ ధ - నిధ	పా ప
కా ,, - ,, - దఅ - అఅరూ - ,, డ	సలిగుడూంచ - నిఇ	ణును

	పాసా - ,, - సని - సరిసా - ,, నీ	నిధసని - ధపరిమ	రిమరిప
	నాఆ - ,, - దఅ - అఅరూ - ,, డ	నఅగుడ - ఉడనిఇ	ఇఇను
	రిసనిధ - పమ ॥		
	నఅఅఅ - అఅ ॥ వేరె ॥		
చ	,,,, - ,, - పా - ,, పా ,, పా	పమరిమ - పమపధ	పధస
	,,,, - ,, - బృం - ,, దా ,, ర	కఅఅఅ - అఅఅఅ	అఅది
	రీ ,, - ,, - రీమ - రీమరి - ససారీ	సనిసా - ,, రీ	మారిస
	నీ ,, - ,, - బృం౦- ౦౦దా - అఆశు	కఅఆ - ,, స	ఆ న
	పా ,, - ,, - రీ - మాపా - ,, నీ	సాం ,, - ,, సాం	,, సా
	స ,, - ,, - నం - ౦ ద - ,, న	శ్రీ ,, - ,, నా	,, ర

సా ,, - ,, - నీ - నీసా - ,, మరి
ర ,, - ,, - విం - ందో - ,, ద్భఅ

పా ,, - ,, - రీ - మాపా - నీసా
ప ,, - ,, - ర - ం దా - ఆరు

సా ,, - ,, - స ని - సరిసా - ,, నీ
గా ,, - ,, - రాఅ - అఅజు - ,, ని

పాసా - ,, - స ని - సరిసా ,, సని
నాఅ - ,, - రాఅ - అఅజు ,, నిఇ

రి స ని ధ - పమ ॥
నాఅఆఅ - అఅ ॥ వేర ॥

రి స ని స - రీ ని స
వఅఅఅ - ఆశ్రిఇ

రిమ రీ - సాసరి
లఅఆ - ఆకుడ

నిధ స నీ ధ ని ధ
కి ఇ ఇ ఈఇని ఇ

ని ధ స ని - ధపరిమ
కి ఇ ఇ ఇ - ఇఇనిఇ

నీథా -
ఈభ -

రి స స
ఉ ఉ శ్రి

పా ప
ఈన్ను

రిమరి
ఇఇన్ను

15

దేవగాంధారిరాగము - ఆదితాళము

ఆరోహణము.	స	రి	గ	రి	మ	ప	ధ	ని	ṡ	అవరోహణము.	ṡ ని
	,,	చ	అం	చ	శు	,,	చ	కా	,,		

ప. క్షీరసాగరశయనన్ను - చింతలబెట్టవలెనారామ ॥ క్షీర ॥

అ. వారణరాజునుబ్రోవను వేగమే - వచ్చినదివిన్నాను - రామ ॥ క్షీర ॥

చ నారీమణికిచీరలిచ్చినది - నాడేనేవిన్నానురా - ధీరుడౌ -
రామదాసునిబంధము - దీర్చినదివిన్నానురా - నీరజాక్షికై -
నీరధిదాటినదీ - నీకీర్తినివిన్నానురా - తారకనామ -
త్యాగరాజనుత - దయతోనేలుకోర - రామ ॥ క్షీర ॥

స ,,, - ,,, - రి రీ ,, - ధాధాపా ,,,, - ,,,, మగారీ | ,,,, - గా రి గ - రిససాధా ,, | ,,,, - ధ స రీ
,,, ,,, - క్షీర ,, - సా ఆ ఆ ,,,, - ,,,, గరాఅ | ,,,, - శయ అ - నఅ ఆ ఆ ,, | ,,,, - అఅఅ

,,,-,,,-రీ రీ ,, - ధాధాపా - పధనిధపా ,, మగరీ ,, | ,,,, - గారి గ - రిససాధ్గా ,, | ,,,, - ధ
,,,-,,,-ఊీర ,, - సా ఆ ఆ - అఅఅఅఆ ,, గఅరా ,, | ,,,, - శయఅ - నఅఆఆ ,, | ,,,, - అ

,,,-,,,-రీ రీ ,, - ధాధాధాపా - సా ,,,, - సధమమ | రీ ,, - గారిగ - రిససాధ్గా,, | ,,,, - ధ
,,,-,,,-ఊీర ,, - సా ఆ ఆ ఆ - గా ,,,, - రఅఅఅ | ఆ ,, - శయఅ - నఅఆఅ ,, | ,,,, - అ

,,,-,,,-పామాధాధా,, - ధసరిసధా ,, - ధనీధపా ,, | పధనిధ-మపధప-ధపమగరీ ,, | ,,,, - మ
,,,-,,,-చిం ం త ల ,, - వెఎఎఎ ,, - ఎఎ ఎట్ట ,, | వఅఅఅ-లెఎఎ-నఅఅఅఅ ,, | ,,,, - ా

అ ,,, - ,,,-పామాధాధా ,, - సా ,, ధా ,,,, - రీసా ,, | ,,, - ,,, - సా ,, - సాసా ,, | ధసరిసధ
,,, - ,,,-వా ఆ ర ణా ,, - రం ,, ఆ ,,,, - జూను ,, | ,,, - ,,, - బ్రో ,, - వను ,, | వెఎఎఎ

థాపా,,-థపపమదాదా ,, - థసరిసథా ,,,, - రీసా ,,	,,, - ,,, సా ,, - సాసా,,	థసరిసథా - ,,,
ఏ ఏ ,,-వఅఅఅ ర ణా ,, రఅఅఅఅ ,,,, - జును,,	,,, - ,,, బ్రో ,, - వను ,,	వెఎఎఎఏ - ,,,
థాసా,, - రీమాగారీ,,-సా,, - థా ,, - థసాథపా,,	పథని థ-మప థ ష-సదథప -థపషమ	పమమరి-మరిరిః
ఏ ఏ ,, - వఆ ఆ చ్చి,,-న ,, - ది ,, - ఇఈఇ వి ,,	నఆ అఅ-సుఉఉఉ-రఅఅఅ-అఅఅఅ	అఅఅఅ-అఆఅ
చ ,,, ,,, - పా - థనీథపా,,,,- మారీ,,- మాగారీ ,,	,,, - ,,, రీమా ,, పా ,,	థా, నీ పా ,,,,
,,, - ,,, - నా - రి ఈఇ-ఈ,,,- మ ణి,,- కి ఈ ఈ ,,	,,, - ,,, చీర ,, లి ,,	-ఈ, చ్చిఈ ,,,,
,,,-,,, మగరీ,,,,, - ,,,,, - సా,రిగాసా - రీ, స -	థా ,, - థా ,, రీ ,, సా ,,	రీ ,,,, -,,,,గా
,,,-,,, - నఅడె,,,,, ,,,,, - ఏ ,ఎ ఏ ఏ - ఏ, ఎ -	వి ,, - న్నా ,, ఆ ,, ను ,,	రా ,,,, -,,,,రా
,,,-,,,-పామాథాథా,, థసరిసథా,, - థనీథపా ,,	,,, - ,,, - పా ,, పాపా,,	పథనిథపా ,,,,
,,,-,,,-థీ ఈ రు డౌ ,, - రఅఅఅఅ,, - అఆఅమా,,	,,, - ,,, - దా ,, సుని ,,	బ ం ం ం ం ,,,,

,,, - ,,, - రీమాంగారీ ,, - సా,, - సా,,,, - ధా ,,	,,, - ,,, - ధా రీ ,, - సా,,	రీ ,,,, - ,,,,
,,, - ,,, - దీ-ఈ-ఈర్చి ,, - నా,, - ది ,,,, - వి ,,	,,, - ,,, - న్నాఆ ,, - సు,,	రా ,,,, - ,,,,
,,,-,,,-థాపా,,-మపధప - పమమారీ,, - మపామపథా	,,,, - పాధపపమ - థాథా,,	ధసరిఃథా ,,,,
,,,-,,,-నీ ర ,,-జలఅలఅ - అలఅ తీ,, - కై-ఈఇ ఇ-ఈ	,,,, - నీ ఇఇఇ ఇ - ర ధి ,,	దలఅలఅ ,,,,
,,, - ,,, - సాసా,,, - ,,, సా,, - సా,, సాథాసాపా	థాపా - థా ,, రీ ,, - సా,,	రీ ,,,, - ,,,,
,,, - ,,, - నీ కీ ,,, - ,,, - ర్తి ,, - ని ,, వి -ఈ -ఈ-ఈ	ఈ-ఈ - న్నా ,, ఆ,, - సు,,	రా ,,,, - ,,,,
,,, - ,,, - థా ,, సారీ ,, మా,,,, - ,,,, - గారీ ,,	,,,, - సా , రిగారీసా ,,	థా ,, థా
,,, - ,,, - తా ,, ర క ,, నా ,,,, - ,,,, - అమ్మ ,,	,,,, - త్యా , అఆఅగ ,,	రా ,, - జ
,,, - ,,, - ధ రి సా ,,, - ,,, థా,, థా,, - ధనీధపా ,,	పధనిధ -మపధప-సధధ. -ధపపమ	పమమరి-గరి ర
,,, - ,,, దయతో ,,, - ,,, నే ,, వ ,, - ఎవఎలు ,,	కొఒఒఒ-ఒఒఒఒ-ఒఒఒఒ-రఅఅఅ	అఅఅఅ-అఅఅ

శంకరాభరణరాగము - ఆటతాళము

ఆరోహణము	స	రి	గ	మ	ప	ధ	ని	ṡ	అవరోహణము.	ṡ ని ధ
	,,	చ	అం	శు	,,	చ	కా	,,		

ప సరోజదళనేత్రీ - హిమగిరిపుత్రీ - అంబ నీపదాంబుజములే
సదానమ్మినానమ్మ - శుభమిమ్మా - శ్రీమీనాక్షమ్మ ॥ సరో ॥

అ. పరాకుసేయక - వరదాయకి - నీవలెనేదైవము లోకములోగలదా
పురాణి - శుకపాణి మధురవేణి - సదాశివునికిరాణి ॥ సరో ॥

చ కోరివచ్చిన - వారికెల్లను - కోర్కెలొసగే బిరుదుగదా - అంబ -
యతిభారమా నన్ను బ్రోవతల్లి - కృపాలవాల - నేతాళజాలను ॥ సరో ॥

ప	సనీ స దప - గమప - ధ నిధప - పమగారీ - గమ	పా ,, - ,,,,	,,,, - ప
	సరోజదళ - నేఎఎ - త్రిఇఇఇ - హిమగిరి - పుఉ	త్రీ ,, - ,,,,	,,,, - అ
	సనీ స ధప - గమప - ధసాధాప - పమగారీ - గమ	పా ,, - ,,,,	సనిధప
	సరోజదళ - నేఎఎ - త్రిఇ ఇ ఇ - హిమగిరి - పుఉ	త్రీ ,, - ,,,,	ఇఇఇఇ

సనీ సధప - గమప - ధసాదాపపమాగరీ-గమపమ	పా ,,,, మపధని	సా పా -
సరోజదళ - నేఏఏ - త్రిఇఇఇ-హిమ గిరి-పుడఉఉ	త్రీ ,,,, నిఇఇఇ	పాదాం -
సపాసాన్ని - సమగ - గరిగ - గమపా	సా ,,,, మపధని	సా ధాప -
సదానమ్మి - న అఅ - నంమ్మ - శుభమి	మ్మా ,,,, శ్రిఇఇఇ	మీనాఅ -
సనీ సధప - గమప - ధనిధప - పమగారీ-గమపమ	పా ,, - ,,,,	,,,, - ,,,, |
సరోజదళ - నేఏఏ - త్రిఇఇఇ - హిమగిరి-పుడఉఉ	త్రీ ,, - ,,,,	,,,, - ,,,, |
అ. సపాస - సాసప - సని - సారిగరీగరి - స నిసా	ధరిసని - ధనిపా	గమగరి
పరాప - నేయక - వర - దాఅఅఆఅఅ - యకినీ	వలెనైదై - వములో	కములోబ
పసాస - సాసస - సని - సారిగరీగరి - స నిసా	ధరిసని - దనిసనిపా	గమపమ -వ
పరాకు - సేయక - వర - దాఅఅఆఅఅ - యకినీ	వలెన్నైె - వఅముడులో	కఅఆము -అ

గమ ంపా - నిసరీ స - సస నిపధని
పురం ణి - శుకపాణి - మధురవెఎఎ

చ. పా , పపాంమ - మాపధపాధా - పమగరి
కో , రివచ్చిన - వా అఅఅ రి - కెఎల్లను
పాధనిధాపా - పాపప - మాంధపాధా - పమగ రి
కోఒఒ ఓ రి - వచ్చిన - వా అఆఆ రి - కెఎల్లను
గామసా - నీని - సా ని - సనిసస
భారమా - నన్ను - బోధివ - తఅల్లికృ

సా ,,,, పస , నిధప -
ణీ ,,,, సదా , శివుని -
గమపమ - గ మగరి | గమపమప
కోఒఒర్కె - లోసగెఎ | బిసుదుగ
గ మ ప మ - గ మగరి | గమప మ
కోఒఒర్కె - లోసగెఎ | బిసుదుగ
సారిగరీసా - నిసనిధ | పాధపమ-
పాఅఅఅల - వఅలనె | తాఅఅ-

చరణస్వరముప్రకారము పాడుకొనపలయును.

ఇందుముఖికరు - ణించుమని నిన్నెంతోవేడు - కొంటిని -
నాయందు జాగేలనమ్మ - మరియాద గాదు - దయావతినీవు ॥ సరో
సామగానవినోదినీ - గుణ ధామ - శ్యామ - కృష్ణవినుతా - శుక
శ్యామలాదేవి - నీవేగతిరతి కామ - కామ్యద - కావవేనన్ను ॥

ఆనందభైరవి రాగము - ఆదితాళము.

ఆరోహణము	స	గ	రి	గ	మ	ప	ధ	ని	స	అవరోహణము	స ని
	,,	పా	చ	సా	ప	,	శు	కై	,,		

ప నీమదిచల్లగ - నన్నుబ్రోచుట - కేమమ్మాశంకరీ ॥ నీ ॥

అ సోముశేఖరునిరాణివైన - సుదతిశ్రీకుంతలాంబ - మాయమ్మ ॥ నీ ॥

చ తల్లితండ్రిగురుదైవమునీవని - యుల్లమునకునీపాదపంకజముల -
నుల్లమునకుమఱవక - భజించెద ఓంకారిశ్రీత్రిపురసుందరి ॥ నీ ॥

ప పా ,, - ,, - ,, - పాపా - పా,, | ధపమ - గమ - పాధప | మా -

నీ ,, - ,, - ,, - మది - చ ,, | ల్లగఅఅ - నఅ - నూఉఉ | ఊ -

పా ,, - ,, - ,, పాసా - సనిధ | పామ - గమ - పాధప | మా -

నీ ,, - ,, - ,, మది - చఅఅఅ | ల్లఅగ - నఅ - నూఉఉ | ఊ -

పా ,, ,, - ,, పాసా - సారిసనీదా | పామా - గమ - పాధప | మా

నీ ,, - ,, - ,, మది - చఅఅఆఆ | ల్లగ - నఅ - నూఉఉ | ఊ -

16

పమగరి - సాసరిరిసా , నీ̣ , నీ̣ ,	,, - సా ,, - పమ	మగా
కెఎఎ - మం౦౦౦ , మ్మా , అ ,	,, - శం ,, - కఅ	రిఈ
అ పా ,, పాపాసా - సాసాసా	సనిసా ,, సా	సారిన
సో ,, మ శేఏ - ఖ రు ని	రఅ ఆ ,, ణీ	వై ఇ
పా ,, పాపాసా - సాసాసా	నీసారి గ రి - సాసా	సారిన
సో ,, మ శేఏ - ఖ రు ని	రాఅఆఅఅ - ఆ ణీ	వై ఇ
పధమాపా - పరిరిసాసా - సాసా	నీసామాపమ - గరిసా	సారిన
సో ఒఓ మ - శె ఎఎఏ ఖ - రు ని	రాఆఆఅఅ - ణిఇఈ	వై ఇ
మః మగమాపా - పాసనినీధా - పమ	గా ,, మపపమ	, గ
సుద అఅ తి శ్రీ - కుం౦౦౦౦ - తఅ	లాం ,, భఅమఅ	, అ

చిట్టస్వరము.

పధపసాస - పసనిధ - పమగరిసని
పధని - పాధమప - గమగధపమగరి
నీసమగరి - గమపధ - మపగరిగమ
సగరిగామ - గమగరిస - గరిసనిధ

చ. పా ,, పాపా ,, పా - ధపపమ
త ,, ల్లి తం ,, డ్రి - గుఉరుఉ

సా ,, - ,, - స రి రి స ని - నీ ,,
యా ,, - ,, - ల్లఅపుఉడుఉ - నీ ,,

పా ,, పాపాపమపా - ప స సని
ను ,, ల్ల మునఅను - మరఅఅ

ప మ గారీ ,, గా ,, - మా - పా ,,
ఓ ం ం ం ,, కా ,, - రి - శ్రీ ,,

సా , - మగరిగమ
సగరిగామ - పమ
పసనిసాని - సగ
ప - రిసనిధప - ధప

గా ,, - , మపా
దై ,, - , వము

సామా - మగరీ
క ద - పం ం

సాసా - నిస - రీగరి

వ క - భఅ - జిం ం
,, - గ - మధపమా
,, - త్రి - పుఉఉర

పధ - మపగ
గరి - గగమ
రిస - రిసనీ ,,
మగరి - సగ

పమగ - రీగ
నిఇ ఇ - వ ఆ

గామా - ప
క జ - మ

సారిస - నిధ

ం ం ం - ం ం
మాపమ - గరి
ను ఉ ఉ - ఉం

బలహంస రాగము - ఆదితాళము

ఆరోహణము	స ,,	రి చ	మ శు	ప ,,	ధ చ	స ,,	అవరోహణము.	స ని కై ధ ప మ

ప. ఎవరున్నారునన్ను బ్రోచేవా - రిపకులతిలక - శ్రీరామచంద్ర ॥ ఎవ ॥

అ. అవనిజసీతనుబ్రోచుటకై - భవహరనితో - డెల్పలేదా ॥ ఎవ ॥

చ. బాలుడైనయిాదాసునిపై - చాలప్రేమయుంచరా - సుఖకర -
చాలురనీకోపము - నేతాళజాలర - సదాశివసుత ॥ ఎవ ॥

ప ,, రిమపా ,,,, - ధా ,, పా	ధాధా ,, పా	ని ధధః
,, ఎవ రు ,,,, - న్నా ,, రు	న న్ను ,, బ్రో	చేవవ ం
,, రిమపా - రిమ ప ధ - సం ని ని ధ ధ ప	ధాధా ,, పా	ని ధధః
,, ఎవ రు - ఉఉఉఉ - న్న అఅఅరుఉ	న న్ను ,, బ్రో	చేవవవ

,, రిమపా - రిమ పధ - స నినిధధ ప	ధధసనినిధ - పా	నిధధప
,, ఎవ ర - ఉఉఉఉ - న్నఅఅఅరుఉ	నలన్నుఉఉఉ బ్రో	చెఎఎఎ
,, మమాగసా - రీరీమామా	,, - పధ సా సా	సనినిధ
,, ఇ న కు ల - తిల క శ్రీ	,, - రాఅఆ మ	చంం ం
అ ,, పధాపధాసా ,, రిరీ	,, - మగ సా ,,	స ని ని
,, అ వ ని జ సీ ,, ఇత	,, - నన్నుబ్రో ,,	చుఉట
,, ససాససా - సని నీ - నీ ని ధ	ధాపా - రిమపధ	సనిధ ప
,, భవహార - నిఇఈ - తోఓడె	ఎ ల్ప - లేఎఎఎ	ఎఎఎఎ

సా ॥

దా ॥ ఎవ ॥

చ ,, నీ , ధపా ,, మాధా ,,	,, - నీ , ధపా	ధా ,,
,, బా , లుడై ,, న ఈ ,,	,, - దా , సు ని	పై ,,
,, మాగాసా ,, రీ మా ,,	పాధా ,, సాం	,, - స
,, చా ల ప్రే ,, మయుం ,,	చ రా ,, దా	,, - సు
,, పధాపధాసా ,, రీ ,,	,, - రిమాగసా	సనిధా
,, చాఅలురనీ ,, ఈ ,,	,, - కోఓప ము	నెవప
సాసాసా - సనినీ - నిధధా - మా	పా - రిమపధ - స ని	ధపమగ
శ జా ల - రఅఅ - అఅఅ - స	దా - అఅఅఅ - అఅ	అఅఅఅ
సా ‖		
త ‖ ఏవ ‖		

కమాసురాగము - ఏకతాళము.

ఆరోహణము	స ,,	మ శు	గ అం	మ శు	ప ,,	ధ చ	ని కై	స ,,	అవరోహణము	స ని ధ

ప　పరమాద్భుతమైన - నీసేవనేడు - దొరికెనుగ - నేధన్యుడైతి ॥ ప ॥

అ　ధరహాసవదన - శ్రీరంగనాయకివర - రంగనాథదేవ - నాతరమనిన్ను
పొగడ - సుఖవిదీంద్రాదినుత - సుఖ్యాత ॥ ప ॥

చ. 1　వుభయకావేరిమధ్యమున - నొరగశయన - కస్తూరిరంగ -
విభవపోద్భృత - ప్రణవాకార - విద్దుర్లాషిత - విమానకర - వాసుదేవ ॥ ప ॥

2　విధివిభీషణులు - వింజారములుయివ్వ - శుకసొనకాదులు - హెచ్చరికగన -
బుధులువేదములు - చేకొనియాడ - వైష్ణవోత్వములు - ద్రవిడప్రభందములుపాడ ॥ పర

3　కనకమణిమయమంటపమున - సకలాభరణభూషితుడై - వొయ్యారముగ
వనజనయన - సుఖాసీనుడై - యిరుదిక్కులుజూపుచు భక్తులతాపమార్చు ॥ పర ॥

4　ఘనమృదంగవీణావాద్యములు - సురసతులుహాయిగవాయింప -
సనకాదిమునినుతింప - దాసుడైన - శ్రీసదాశివకవిగానమునలుప ॥ పర ॥

ప.　పధసా - ని ధ - పామ - పాధనిధప - మాధపమ - ససా - మగమా - గామన్నిధపధ ॥
పరమా - ద్భుత - మైన - నీసెఎవ - సే ఎఎడు - దొరి - కెనుగం - నేధన్యుడై ఇతి ॥

పధసా స్స - ని ధ - నీధప - పాధనిధప - మాధపమ - స సా - మగమా - గామన్నిధప

పరమాఅ - ద్భుత - మైఇవ - నీసెఎఎవ - నేఎఎడు - దొరి - కెను గా - నేధన్యుడై ఇ

అ. గమనీధ - ధధధధా - పస్స - నీన్నిధా - పప్ప - పస్స - నీ ధ - పామ - గాస -

ధరహాస - వదన శ్రీ - రంగ - నాయకీ - వ ర - రంగ - నాద - దే వ - ఆ న -

సారిస - నిధ ప - మ గ స - స స - సమాగామ - పప్ప - పా నిధప ॥

నాతర - మనిఇ - పొగడ - సుఖ - వి దీంద్రాది - ను త - సుఖ్యఅత ॥

చ. ధపధ మా - పామ - గా రి స స స - స స స - స మ గ - మప్పాప్పప్ప -

వుభయకా - వే రి - మధ్య ముడున - నొరగ - శ య న - క స్తూరి రంగ -

ధపధమా పమ - గ మ గా - సాస్స - సమ్మాగామమ - పస్సానిధప - పామ - గరిమ

విభ వ షో - దృత - ప్రణ వా - కా ర - విద్దు క్లాషి త - విమానకర - హాసు - దెఎవ

కురంజిరాగము - ఝంపతాళము.

ఆరోహణము	స	ని	స	రి	గ	మ	ప	ధ	ఆవరోహణము	ధ ప
	,	కా	,,	చ	అం	శు	,,	చ		

ప. శ్రీవేణుగోపాల - శ్రీరుక్మిణీలోల - దేవనాయకశ్రయం - దేహి దేహి ॥ శ్రీవేణు ॥

అ దేవకీసుకుమార - దీనజనమందార - గోవర్ధనోద్ధార - గోపయువతీజార ॥ శ్రీవేణు ॥

చ గోకులాంబుధిసోమ - గోవిందనతభౌమ - శ్రీకురంజితకాము - శృతసత్యభామా -
కోకనతపదసోము - గురుగుహహితశ్యామ - శ్రీకరతపోహోమ - శ్రీజయంతినామ -
ప్రాకట్యరణభీమ - పాలితాగ్జునధామ - పాకరిపునుతనామ - భక్తయోగక్షేమ ॥ శ్రీ

ప. సా ,, రీగామా - మగ గ రి - గ రి - సానీ ॥ సా ,, రి ససా నీ - నీసా - ని స - రీ రీ ॥
శ్రీ ,, వేఏ ణు - గొఒఒఒ - పాఅ - ఆ ల ॥ శ్రీ ,, రుఉఊక్మి - ణీఈ - లొఒ - ఓల ॥

గా ,, మాపా ,, ప మగా- గ రి- స నినీ॥ ,, - సని సా- మగారిరీ , స - మగ - గ రిస ని ॥
దే ,, వ నా ,, యఅక -శ్ర అ- యం॥ ,, - దేఏహి- దేఏ ఎహి , ఇ - మధు - మురహార ॥

అ పా ,, పాపమమగ - మాపా - మ ప - ధాపా ॥ పా ,, మామగగ రి - గరిపమ - మగ - గ
దే ,, వ కీఇ ఇ ఇ - సు కు - మ అ - ఆ ర ॥ దీ ,, న జ అ న అ - మంంం - ద అ - అ

సా ,, పమమాగా - రిసరిగ - రిస - సాసా ॥ పా ,, మగ రి సనిసా ,, - ధప - మగ
గో ,, వఅ ఆ ర్థ - నొఒఒఒ - ర్థఅ - ఆ ర ॥ గో ,, పఅయువఅతీ ,, - జఅ - అఅ

చ సా ,, సా సా ,, - సారీ - రి స - సాన్నీ ॥ సా , నీ - గరిరీ రీ - గమగా - గ రి - సా
గో ,, కులాం ,, - బుధి - సొఒ - ఓమ ॥ గో , ఒ - విం౦ ద - నఅ త - బొ ఉ - డూ

సా ,, రీగామా - పామా - మగ - గరిసా ॥ సాసా - మగగరిసా - సా నీ - స రి - ,
శ్రీ ,, కురం౦ ౦ జి త - కఅ - అఅమ ॥ శృత - స అఅలత్య - భాఅ - అఅ - ,

సా ,, మాగామం - పాధా - పా - ,, మా ॥ పామా - గారీసా - నీసా - ని స -
గో ,, క న ద - ప ద - సో - ,, మ ॥ గు రు - గుడహా - హిత - శ్యఅ -

సా నీ - సారిగా - మాపా - మ గ - గరి స ని ॥ మాపా - మాగారీ - సానీ - సరి -
శ్రీ ఈ - క రఅ - త క - హాఒ - ఒఒమఅ ॥ శ్రీ ఈ జ యం౦ - తీఈ - నఅ -

సాసా స - మగ రిసని - సామగా - రి గ-సా ,మ॥సాధ-పమగమ - పాప-పాపు గ -,రి -సా
ప్రాకట్య - రణభిఇమ - పాలితా - స్తన-ధా ,మ॥పాక - రిపునుత -నా మ-భ క్తయో ,గ - క్షే

సావేరి రాగము - ఆదితాళము.

ఆరోహణము	స ,,	రి శు	మ శు	,,	ధ శు	స ,,	అవరోహణము	స ని గ ప మ గ అం

ప శ్రీరాజగోపాలబాల - శృంగారలీల - శ్రితజనపాల ॥ శ్రీ ॥

అ ధీరాగ్రగణ్య - దీనశరణ్య - చారుచంపకారణ్య -
దక్షిణద్వారకాపురి - నిలయవిశిష్ట - ద్వైతాద్వైతాలయమానంపాలయ । శ్రీ ॥

చ స్మేరానన - సేవితచతురానన - నారాయణతారక -
దివ్యనామ - పారాయణకృత - నారదాదినుత - సారసంపద -
సదామోహన - నారీవేషధర వామభాగ - మురారీ - శ్రీవిద్యరాజహారే -
శ్రీరుక్మిణీసత్యభామా - శ్రితపార్శ్వయుగళ - కంబుజయుగళ -
నీరసంపూర్ణహరిద్రా నదితీర - మహోత్సవ వైభవమాధవ -
మారజనక - నతశుకసనకనందన - వీరగురుగుహముదిత - రామసహిత ॥ శ్రీ ॥

ప సా - సనధాధా - ధ స సా - నిధధా - ంధని పధమ - పాధా ॥
శ్రీ - ర అ ఆ జ - గోఓపా - అఅల - బఅఅఅఅ - ఆ ల ॥

రి సరిరిసా - పసరిస - ధాధాం - ధససా - నిధధా - పధనిపధమ - పాధా ॥
శీ9ఇఇఇఈ - రఅఅఅ - ఆ జ - గొబపా - అఅల - బఅఅఅఅఅ - ఆల ॥

నీ ధ - నినిధా - పాధసమా - గరిరీ - రి రిసరిమా - పధనిసధమ - పాధా ॥ సా ॥
శ్రుం౦ - గఅ ఆ - ఆ రఅఅ లిఇల - శ్రిఇతఅజ - నఅఅపఅఅ - ఆ ల ॥ శీ9 ॥

అ ధపధాధా - పాధంమా - గరి గరి సా - సరిమామా - పాధపమాధాపా ॥
దిఇఈఈ - రంగ్రఅఆ - గఅఅఅణ్యా - దిఇఈన - శరం౦౦౦ణ్యా ॥
ధపధాధా - మపధనిధపమా - గరిగరిసా సరిమామా - పాధపమాధాపా ॥
దిఇ ఈ ఈ - రఅఅగ్రఅఆ - గఅఅఅణ్యా - దిఇఈన - శరం౦౦౦ణ్యా ॥
ధపధాధా - మపధసానిధపమా - గరిగరిసా - సరిమామా - పాధపమాధాపా ॥
దిఇఈ ఈ - రఅఅఅగ్రఅఆ - గఅఆఅణ్యా - ఇఇఈన - శరం౦౦౦ణ్యా ॥
మామపంధ - పధసా - నిధనిధప మ - పామ - నిధధా ॥
చా రు చం - కఆ ఆ - రం౦౦౦ణ్యాఅ - ద అ - క్షీఇణ ॥

పధధమపమా - పాధ - పధ సా - నిధనిధ స మ - పాధ స - ధా రిసగరిస ॥
చలలల రు - చూ - కల ఆ - రం౦౦గ్యాల - ద త్తీశా - ద్వారకలపురి ॥

నిధ రి సధాసా - ధ ని నీ - ధ ని ధా - పధ ని స ధ మ - పా ధధ ॥ సా ॥
నిలయవిశి ష్టా - ద్వైఇత - ద్వైఇత - లయలమలలం - పాలయ ॥ శ్రీ ॥

చ సరి రీ ప మ - పాధనీ - ధపధా - మమపధ - మాపా - మగధాపాపా -
స్వైర అల - నస ఆ - నె ఎ ఏ - పితచతు - రా ఆ - అల ఆ న న -

నిధధా - ని ధ పా - మాపా - మపధనిధసమా - గగరి - సా రి - పామ - నిధధా -
సలరా - యలణ - తా ఆ అలలలలలల - రకల - ది వ్య - నాలి - అలమ -

పధ సారి - గ రిసా - ని ధపా - పామానీధాపా - ధమపాధా -
పలరాల - యలణ - క్రీడిత - నా ఆ గదాల - ది ఇ నుత -

సా రిని - సధ - నీపధమపాధా - నీధా - మపధనిధసమా -
సారల - సం - పలలల ఆ ద - స దా - మొఒఒఒఒఒట -

గరి సా స రి - రీమ పా మనిధాప - ధధమపాదా - సాసా -
హ అన న అ - రీఇ ఇ - వేష - ధరవామ - భఅఅ అగము - రారి -

ప ధసారీ - గ గీస - సాధా - రీ రి గ రీ స - ససగరి సా సపధాపాధా -
శ్రీఇవిద్య - ర అజ - హారే - శ్రీ - కృష్ణ ణ్ఇ - సఅఅఅత్య - బఅఆ ఆ మా -

రి స సా స స ధా ధాధా - పాధాధపమా - ప ధనీ - ధ నిధపమా - గరీ స -
శ్రీతపా - ర్శ్వఅయుగ శ - క ం ం ం ం బుఊజ - యుడుగఅఅ శఆఅ

నీధపమగరి రి - స రీమ పధపధ - మామ - ప ధప ధ - స నిధధసా స స -
నీరసం పుడర్క - హరి బ్రఅనగీఇ - తీ ర - మహాజ స్వివ - వైఇభవమాధవ -

ధా ధగరిరి - సరిగ రిసనిధ ధధ - ధరిసని ధప - మ గ రిస - రి మధం ధ ॥ సా ॥
కుమారజనక - నలశుకసన కనందన - విఇరగురుగు - హాముదిల - రమఅసహిత ॥ శ్రీ ॥

బేహారి రాగము - మిశ్ర రూపక తాళము

ఆరోహణము	స ,,	రి చ	గ అం	ప ,	ని చ	స ,,	అవరోహణము	స ని ధ ప గా

ప. పరిదానమిచ్చితే - పాలింతువేమో ॥ ॥

అ. పరమపురుష శ్రీపతినాపై - కరుణగల్గకయున్న కారణమేమయ్యా ॥ ప ॥

చ. రొక్కమిచ్చుటకునే - ముక్కంటిచెలిగాను - చక్కని చెలినీ -
యొసగ రాజనకా - రాజునుగాను మిక్కిలిసైన్యమివ్వ మార్కండేయుని గాను
అక్కరగ మెటుగలు ఆదివేంకటేశ నీకు ॥ ప ॥

ప. పమ - మగగరి రిస - సా స - సనినిధ - సాంగా - మగాగరి - సా రి గ ॥
పరి - ద అఅఅఅన - మిచ్చి - తేఏఏ - పాలింతు - వేఏఏ ఎఏ - మోఓ ఒ ॥

పమ - మగగరి రిస - సా స - సనినిధ - సరిగా - రిగమ గ ధపా - ప మమగరి గ ॥
పరి - ద అఅఅఅన మిచ్చి - తేఏఏ - ఆఅ - లింతు - మోఓఓ ఒఓఓ ॥

పామగరి - సగుగరి - ధధపా - సనిధపధ రి సా ,,, - సనిధపధని పా ,, పమగరి గా ॥

పరి ద అ - అఅఅన - మిఇఈ - చ్చిఇఇఇతెవపా ,,, - లిఇఇఇంఅవే ,, మొఒఒఒఓ ॥

పామమగగరిరిస - సా స సని నిస్థి - సరిగపధాస - నీం నిధా - ధాధధపపమ గరిగ ॥

పరిదఅఅఅ అ న -మీాచ్చి - తెఎఎం - పఅఅ అలిఇ - ఇఇంతు - వేఎఎమొఒఒఒఒఒ ॥

పామగరి - సనుగరి - ధధపా - స నిధపమగరి గసధ సరిగా రి స - ధగరి - స నిధపధ

ప రి దఅ - అఅఅగ - మిఇఈ - చ్చిఇఇఇలె ఎఅఅఅ - లిఇ ఈంతుడు - వెఎఎ - మొఒఒఒఒ

పమగరి - సరిగ మగ - గపధ స ని ధ - గరి రిస - మగగ రిరిస - సనిని ధ ధప - గధపా -

ప అఅరి దఅఅఅఅన - మిఇఇఇఇచ్చి - తెఎఎ - పఅఅఅఅఅ లిఇఇఇఇంతు - వెఎ ఎ -

సనిసాసగరి సా సనినిస - సాగ రిగ - పమగాగరిరిసా ॥

పరిదావమిఇ - చ్చి - తెఎఎ - పాలింతు - వెఎవమొఒఓఓ ॥

అ. పప - మగరిగపా - ధ ధపా - మగగరిసా - సరిగా - రిగపమగా - ధధపా - సగసనసా -

పర - కఅప్రుడు ప అఆ - శ్రీఇఇఇఈ - పఅఅ - తిఇఇ ఇనా - పైఇఈ - నిఇఇఇసా -

పధసరి గా - గామగరీగరి సా - గ రి స ని ధా - గరి సని - రిపనిధ - గ రి సా - నీ ధ ప మ

కలసుడణా - గాలఅల్లాఅఅవే - యుడుడున్న - కలఅల - రఅ ఇల - మెప్మె - ఈయ్యాఅఅ

పధ సరి గా - రిగమగామ రీసా - గరి స ని ధా గరిగస - రి ని సధనిప - ధ రి సనిధ ప మ గ

కలసుడణా - గాలఅలఅల్లాక - యుడుడున్న - కలఅల - రఅగాఅమెఎ - మైఇఇయ్యాఅఅ

పధస రి గా - రిగమగామ రీసా - గరి స ని ధా గరి సని - రి సనిధ - ప నిధప - ని ధపమ .

కలరు డణా - గాలఅఆఅల్లాక - యుడుడున్న - క అఅల - రఅగాఅ - మెఎఎ - మైఇఇ .

చిట్ట పామగరిస - రిగసరి - సానిధ - పాధ - సరిగ - పమగదపా -

మగరిస - రిగపధ - సనిధరిసా - పాధ - సరిగ - పమగరి - గారిసనిధ -

పధసరి - గరిసనిధ - రిసనిధ - గారిసనిధ - పధసరి - గరీసనిధ -

రిసనిధ - పధసా - మగరిస - రిగ ॥ పరి ॥

చ. సా రి గా - గ ధ పా - మాామగరీ - సరిగాగరి స నిధా॰ - సస సా సా ॥ స రి రి గ - రిగప :

18 రొక్క మిా - చుడుటా - కూనెఎఏ - ముడుడూక్క౦౦౦౦ంట - చెలిగాను ॥ రొబబబ - క్కఅవి

ధ ధ పా - మగపధసా - సనినిధ ధ ప మ గ రీ - సనిధాసాస ॥ స రి స రి గ - రి గ ప - గపధ

చుడుటా - కు ఉనెఎవ - ముడుడుడుక్క౦౦౦ టి - చెఎలిగాను ॥ రొబబబక్క - అమిఇ - ఇఇచ

ధ ని - పాధానీసని - ధా ని ధపా - ధపమగ రీ - సనిధా సాస ॥ దాద -

కుఉ - నేఎఏఎఎ - మూఉఉఊ - క్క౦౦౦ంటి - చెఎలిగాను ॥ చక్క -

పధ నిధ - గపధప - మ గ రి గ పా - ధసరిగపా - మగరిగ - ధ ధ పా - మగగరిసా -

నిఇచెఎ - లిఇని ఇ - యొబసుఉగా - జఅనలకా - రఅఅఅ - జుఉనూ - గఅఅఅను -

పాప మగరి గధధపా - మగగరిసా - సరిగా - రి గ పమగా - ధధపా - మగపధసా -

మిక్కిలి ఇనై_ఇఇ ఇన్య - మిఇఇఇవ్వ - మఅఆ - ర్కుండెఎవం - ద్రుడనీ - గఅఅఅను -

పధ సరిగా - గామగరీగరిసా - గరిసనిధా - గరిసని - రిసనిధ - గ రిసా - నీధపమగరిగ

అఅక్కటిగా - మేఎ ఎఎఎఎటు - గఅఅఅల్లు - అఅఅది - వెంంక - టుఎశ - నీఇఇఇ ఇఇను

పధ స రిగా - రీగమగామరీసా - గరిసనిధా - గరిగస - రినిసధనిప - ధరిసని - ధపమగరి

అఅక్కటిగా - మేఎఎఎ ఎఎటు - గఅఅఅల్లు - అఅఅది - వెంంకఅ - టుఎశఅ - నిఇఇ ఇఇక

పధస రిగా - రీగమగామరీసా - గరిసనిధా - గరి సని - రిస నిధ - సనిధప - నిధపమ - ధప

అఅక్కటిగా - మేఎఎఎ ఎఎటు - గఅఅఅల్లు - అఅఅది - వెంంక - టుఎఎఎ - శఅఅఅ - నిఇ

నాగస్వరావళిరాగము - రూపకతాళము

ఆరోహణము.	స ,,	గ అం	మ శు	ప ,,	ధ చ	స ,,	అవరోహణము.	స ధ ప మ

ప. గరుడగమన - సమయమిదే - కరుణజూడ రాద ॥ గ ॥

అ నిరుపమ - సుందరకార - నిజభక్తజనధార ॥ గ ॥

చ. పవనజాప్తినుతధృతచా - పవనజాప్తకులజాత -

పవనజలయదవభూ - పవనజాత శ్రీవెంకటేశ ॥ గ ॥

ప. స ధ - పమగస - ధ స - మగమా - మగ - మపా ధ - పా - పమపధ ॥

గరు - డగమన - సమ - యమిదే - కరు - ణజూడ - రా - దఅఅఅ ॥

స ధ - పమగస - ధస - మగమా - మగ - మపాధ - సా - , సధ పమపధ ॥

గ రు - డగమన - సమ - యమి దే - క రు - ణజాడ - రా - , దఅఅఅఅఅ ॥

స ధ - పధ సధ ప మగస - ధస - మగమా - మపమగ - సా - ధ సగమపా - పమపధ - సాస

గ రు - డఅగఅమఅనఅ - సమ - యమి దే - క అరుడ - ణా - జాడడడా - రఅఅఅ - ఆ ద

స ధ - పధసధప మగస - ధసగమ - గమపమగా - సగమగ - స గ - గమపమగమ - పధస ధ

గ రు - డఅగఅమఅనఅ - సఅమఅ - యఅమిఇదే - కఅరుడ - ణఅ - జాడడడడ డ - రఅఅఅ

పధ - సగమగసగ ॥

అఅ - దఅఅఅఅఅ ॥ గ ॥

అ. పధ - సధ - సధపమ - పధసధ - సా - ధసగమగా - సగ - సాసధపా పమ - పధధా ॥

నిరు - పమ - సు౦౦౦ - దఅఅఅ - రా - కలఅఅరా - నిజ - భా_క్తఅజా - నఅ - ధఅరా ॥

చిట్టస్వరము పధధస - ధససగ - సగమగ - మగగస - సాధసధాపమ - పధసధ

సాసధాపమా - గమపమ - గమగస - సగమగ - పమపధ - సా - మపధపధా ॥

చ. పప - పమపమగమా - పమపధ - సధపా - మాపధ - పా - మపమగసా - ధసగమ - గమపస

పవ - నజఅఅఅదీ నుడుతఅ - ధృతచా - పావఅ - నా - జఅఅఅప్తా - కుడులఅ - జఅఅఅ

ధాధా - పమపధసధసా - ధసగమ - గస - గాసా - మగసధ - సధపమ - పధసా - ధపమగ

ప వ - నఅజఅఅఅల - అఅయఅ - దఅ - వాభూ - పఅవఅ - నఅఅఅ - జఅతొ - శ్రీఇఇఇ

సా - మగసధపధ ॥

వెం - కఅటఎశఅ ॥ X ॥

భైరవిరాగము - రూపకతాళము

ఆరోహణము	స ,	రి చ	గ సా	మ శు	ని కై	ధ శు	ని కై	స ,,	అవరోహణము	స ని ద ప ,,

ప జయజయగోకులబాల - జయసకలాగమమూలా -
దయయామాం - గోపాల - దీనంపాలయబాల ॥ జయ ॥

అ దేవమయాచరితమిదం - దీనధయా అపరాధం -
శ్రీవసుధా - దిపకృపయం యాకేవల - మిహాదుమహి ॥

ప థానీసారిసా ; - సనినీ సాస్సనిథాపా ; - ధనిసానిథాపా - గాగా - మగా రీసా -
జయజయగో ; - కుకుల - బాఅ అఆ ల , - జయ సకలా ఆ - గ మ - ముఊలాఅ -

సాసీ గా రీ గామా- పాధప -థానిధ - నిసరి స - గమగరి- సాస్సనిథాపా - మ గ రీ - గామా- పా
దయయాఆఆమాం - గోఒఒ -పాఅఅ - లఅఅఅ - ఇఇఇఇ - న ౦౦ పా ఆ - లఅ య - బా ఆ - ఆ

నీసరి - గరిసరి - నిసపధ - మప - మనిధప - మపమగరిప - నిసరిగసరి

నిసని - దనిస - రిగమపధప - మపధనిసా - పదనిసరీ - ధనిసరిగా -
నిసరిగారి - గమగరిసని - గం , శ్రీస - నీ , థాస - గా , శ్రీస - గరి - గమపథ ॥ జయ ॥

అఠాణారాగము - రూపకతాళము

ఆరోహణము	స ,,	రి చ	మ శు	ప ,,	ని కా	స ,,	అవరోహణము	స ని ధ చ ప

ఈశ్వే తావకాగేహే - ఈశజగతినిరీహే - వీతశోకితమోహే -

వేదాంతమాగేహే ॥

నీ పా - నిపానిధా ; - పనిపా - నీసరి సని - ధధ పమ - పామప - మపగా ; - రీమా - పనీ ప
ఈఈ - శ్వేఏఏతా , - వఅకా - గేఏఏఏ హేఏఏఏ - ఈశఅ - జఅగ , - తి ని - రిఈఇ-
సాగాగారిసా - స రి స రి - నిస ధా - ని ని సా , - సరిసాస్సనిధాధా - పస పా - నిరి స ని - ధధ
వీతొ ఆ శి ఈ - కితఇతఅ - మొఒఓ - హేఏఏ , - వెఏ దాం ం ం త - మఅఆ - గేఏఏ హె

పా , ధధప - మధప - మపమ - గా , ర్రిరిస - న్నిసరి - మపని - పా , స్సాని
సరిస - నిసని - ధా , న్నిసని - సరిసనిసా - సరిగారిస - నిసరీసని - సరిస -
నిసని - ధనిధ - నిసరి - గా ; ర్రీస - నీ , ధాప - గా , ర్రీస - గరిగమపధ ॥ జయ ॥

కాంభోజిరాగము - రూపకతాళము

ఆరోహణము	స	రి	గ	మ	ప	ధ	స	అవరోహణము	స ని ధ
	,,	చ	అం	శు	,,	చ	,,		కై

జగదండకోటితనో - జగమదరాంతరనుతనో -

అగణితసంజాలమనో - అపరిమితాశ్రితదేనో ॥

, ధసధస - నీనీథా - థా , థాథా - నినిథా - పాథా - పాథాసా ; - సనిథా - ప ధప ధ

; జగదం - ం ం డ - కో , టి త - నొఒఓ జ గ - మద రాం ; - త అ ర - నుఉతఅ

; మగపాథాసారీ - రీ మ గరీ - రి స రీగా - రీగరిసాథా - ధ రీ ప - సనిథా - ప ధరిప - స ని

; అగ ణిత సం ం - జాఅఅ త - మఅనోఓ - ఆ అ పరిమి - తఆ అ - శ్రిఇత - దెఎఎఎ - నొ

పధసా ధసరిప - నిధపధ - మధపా - పధపమ - గమగరి - సరిగసారి -

ధసనిధపధ - సరిగమపధ - మగపధసా - పధ స రి - గ మ గ రి - సరిగరి -

గరిసనిధప - మగపధసరి - గా , శ్రీస - నీ, థాప - గా , శ్రీస - గరి - గమాధ ॥ జయ

కల్యాణిరాగము - రూపకతాళము.

ఆరోహణము.	స ,,	రి చ	గ అం	మ ప్ర	ప ,,	ధ చ	ని కా	స ,,	అవరోహణము.	స ని ధ ప ః

19

వితరమయ్యాశ్వరకరుణాం - విఘటాయమోహారణం -
సతతంమ్మేభవశరణం - సదయసంస్మృతి తరణం ॥

గాగాపామపా , - ధధపా - నినిధా - నిసరీ - సరినీ - నిసధా - ధపమప - గా , - ధధపవ
వి తర మ యా ; - శ్వఅర - కఅయ - ణాం౦ - విఇఘు - టఅయ - మొంఒఒఒ - హా ; - వఅర
; సరిరిగా - గరిసా - ని సరీ - సనిధా - నీసా - స రినీ - నిసధా - సనిధని - ధపపా - ధధఎమ
; సత తం - మ్మెఎఏ - భఅవ - శ అర - ణం౦ - సఅఅ - దఅయ - స ౦౦౦ స్మృ ఉతి - తఅరఅ

గా , మ్మాప - గధమ - గరిస - రీ , గ్గరిస - నిసరిసనిస - ధా , న్నిసరిగా -
గా , ప్పమప-ధా , న్నిసరి - గరిసనిసా - ధనిసరి - గమగరి - నిరిగరి -
నిగరి నిరిని - ధమధనిసరి - గా , శ్రీస - నీ , ధాప - గా , శ్రీస - గరి - గమః ధ ॥ జ

సురటిరాగము - రూపకతాళము

ఆరోహణము.	స	రి	మ	ప	ని	స	అవరోహణము.	స ని ధ ప మ గ
	,	చ	శు	,,	కై	,,		చ అ

ఇతివిదినాపరిగీతం - శ్రుతివచసా హరిచరితం -
యతినారాయణకధితం - యదుకులభూషణముదితం ॥

; రిమపారీసా , - నీధా - నిసనిధపా , - రిమపాధా - ని సనిధ - పధపమ - మగరిమ - రీసా
; ఇ తివి దినా ; - ప రి - గిఇఇఇ తం ; శ్రు తి వ చ - సఅఅఅ - హఅరిఇ - చ అ రిఇ - తం౦
; పస నిస రి గసా ; - నీ ధా - నిసనిధ - పా ; - స ని స రి స ని - నిస ని - ధనిస - నిధపా - ౯
; యతినఅఅఅరా ; - య ణ - కఅదిఇ - తం ; - యఅదుఉకుఉ - లఅభు - ఉఉఉ- షఅణ - వ

సా , స్సనిధ - నిసనినిధప - మపమనిధని - పధపమరీ - మమరిసన్నిస -
రిమరి - మపమ - నిధని - పధప - మపనినిసా - సరిమ - నిసరి -
పనిసరి - నిరి - సా , న్నిధప - మాాపనిసరి-గా , త్రిస - నీ , ధాా-గా , త్రిస - గరి-గ

నీలాంబరి రాగము - ఆదితాళము

ఆరోహణము.	స	రి	గ	మ	ప	ద	ప	ని	స	అవరోహణము.	స ని
	,,	చ	అం	శు	,,	చ	,,	కై	,,		

ప. 1 శ్రీంగారలహిరి - శ్రితజనసుఖకరి - సంగీతాంభోజానంద -
మదమాదురి - మదమధుకరి - మంగళాంగి - మదనారి
మనోహరి - మామవ ॥ శ్రీం ॥

2 తరుణతరణి - కిరణారుణామృదుచరణే - బంధూకసుమారుణ -
చరణశరణ - భరణాదృత - నిజకరుణే - సరసనుగుణభరణే -
కలవారణే - గిరితనూజ - జగదారిమ - కారిణే ॥ శ్రీం ॥

3. అంగజారిహృదయగమ - దరహాసితే - అఖిలాగమసన్నుతే -
బృంగచికురే - కరుణారస - రసభరితే తుంగజఘనలలితే -
సురసేవితే - లింగరాజవచనాంభుజ - పూజితే ॥ శ్రీం ॥

ప సాస్సని - నీససానిపా - ప మ గ రి - గామపామమా - సని పమ - గమపని -
శ్రీంం - గాఅఅఅర - లఅహి ఇ - రీ ఇ ఈ ఇ ఈ - శ్రితజన - సుఖకరి -

పా , పమపా , - పమపా , - పససాని - పానిపనిస - సనిపపామ - పనిసా సని -

సం , గీ ఇ ఈ , - తఅఆం , - భూ౦జాఅ - న౦౦౦౦ - ౦౦౦దఅ - మదమాదురి -

పనిసనిపమ - గామపా పమగ - రిగరిగపామా - గసస స - సా స స ॥

మదమధుకరి - మంగళాం - గిమద - నఅఅఅరిమ - నోంజహారి - మామవ ॥

చిట్టస్వరము పా , రిసనిప - సనిపమ - గమపా , ప - గమపస్సనిప - గమపని -

సరిసని - సనిపమ - పనిపమ - పమగమ - రిగమ - రిగ - రిపామా -

గామపని - సస్సనిప - నిన్నిపమ పప్పమగ - మమ్మగస - మగ

పమ - నిప - సనిపమ - గమపనిధని - పధపపమగ - సపమగస -

నిపమగస - సనిపమగస - రిసనిపమ - గామపని ॥ శ్రీం ॥

కురంజిరాగము - ఆదితాళము.

ఆరోహణము.	స ,,	ని కా	స ,,	రి చ	గ అం	మ శు	ప ,,	ధ చ	అవరోహణము.	ధ ప వ

ప శివదీక్షాపరు రాలనురా - నేశీలమెంతైన విడువజాలనుర ॥ శివ ॥

అ శివశివగురు నాజ్ఞ మీరనురా - శ్రీవైష్ణవుడంటే చేరనుర ॥ శివ ॥

చ 1 వడిగావచ్చిమరను జారవకురా - శివార్చనవేళతెలుపుతెరవకురా - మడుగుకావిచెర

తియ్యకురా - మాటిమాటికి నోరుముయ్యకురా ॥ శివ ॥

2. పంచాక్షరీ జపశీలనురా - సూకిపలుకులు వినజాలనుర - కొంచపువగలునే నెంచనుర -

మ్రొక్కుదు రుద్రాక్షసరులు తెంచకురా ॥ శివ ॥

3. మోముమోముబట్టి జేర్చకుర - నీనామముతో బూతిగూర్చకుర - వేమరుతోడభిక్ష

మన్నారు రంగమల్లాడకురా ॥ శివ ॥

I	O	
ప. ; - స స సా ; ; - సా ; రి రి స సా	స నిసీ - స నిసరి	రిస సా , ;
; - శి వ దీ ; ; - క్షా ; ప అ రు ఉ	ఉఉఉ - రాఅలను	రాఅఆ ; ;

; - స స సా ; ; - సా , రి రి స సా	స నిస్రీ - స ని సరి	రి సపా ;
; - శి వ దీ ; ; - తూ ; ప అ రు ఉ	ఉఉఉ - రాఅలను	రాఅఅ ,
రి గ రీ - సససా ; , - ని సరిగమగ - రిగరి సపా	సనిస్రీ - స ని సరి	రి సపా ,
ఎ ఎ ఏ - శి వదీ , , - షుఅఅఅఅఅ - పఅరు ఉఉ	ఉఉఉ - రాఅలను	రాఅఆ ,
రి గ రీ - రి స్రీ స - స గ రీ - గా గా - గ గ గా	రీ ; గమా ; మగగ రి	సా , రి-గ
ఎ ఎ ఏ - శీ ఇ ల - మె ం ం - త్రై' నా - వి డు వ	జా ; అ ఆ ; లఅనుఉ	రా , అ-
స రి గ రి - రి స్రీ స - స గరీ - గాగా - గగ గా	రీగా - రిగమా , మగగ రి	సారీసరిగా
అఅ అఅ - శీ ఇ ల - మెంం - త్రై నా - వి డువ	జాఆ - అఅ ఆ - లఅనుఉ	రాఆఅఅ
స రి గ రి - రి స్రీ స - సగ రీ - గా గా - గగ గా	రీగా - రీగామాపమ -మా ,	
అఅఅ అ - శీ ఇ ల - మెంం - త్రై నా - విడువ	జాఆ - ఆఆ ఆ అ అ -ఆ ;	
	మగగ రి	సా రీ - స
	లఅనుఉ	రాఆ - ఆ

స రి గ రి - రిస్నీస - స గ రీ - గా గా - గ గ గా	గ రి గరి - గామపామ	గామామగ
అఅ అఅ - శీఇల - మెం ం - త్రై నా - వి డు వ	జాఅఅఅ - ల అ ను ఉ	రా ఆ అ అ
గ రి - ॥ సస ॥		
అఅ - ॥ శివ ॥		
అ. ; - మ్మ పా మ గా - మా పా - పా పా	, మగా - మపా	గా , మపా
; - శి వ శి వ - గు రు - నా జ్ఞ	; మీాఇ - ర ను	రా , అ ఆ
సా - సా సా - స గ రీ - గా గా - గా గా	రీ , గమా ; - ; మ గగరి	సా , రి , గా
ఏ - శ్రీ వై - ఇ ఇ ఇ - ష్ణ వు - డం ఓ	చే , ఎ ఏ ; - , రఅఅను	రా , అ , ఆ
స రి గ రి - సా సా - స గ రీ - గా గా - గాగా	గ రిగరి - గా - మపామ	గామామగ
ఎ ఎ ఎ ఎ - శ్రీ వై - ఇ ఇ ఇ - ష్ణ వు - డంటే	చేఎఎఎ - ర - ను ఉ ఉ	రా ఆ అఅ
గ రి - ॥ సస ॥		
అఅ - ॥ శివ ॥		

చ , - సరి - గామా - గమ - మగరీసా - నిసా	సా , - స రిగమా	గాగమరి -
; - పడి - గా వ - చ్చిఇ - ఇఇఇఇ - మఠ,	ము , జొరవకు	రాఅఅఅ -
స స - సని - సగరీ - గా - గాగా - మగరీ గ రి	రీ గ రి - గామపాను	గామామగ
ర్చున - వేఎ - ఎఎఎ - ళ - త లు - పుడుఉఊఉ	తెరఅ - వ కుఉ ఉ	రా ఆ అఅ
; - మపా - మగా - మాపా - పాపా	, మగా - మపా	మ గమప -
; - మడు - గుకా - ఆ ఆ - ఆ వి	; చె ర - గు తి	య్యాఅకు -
స ని - స గా - గ గా - గా గా , - గ మగ	రీ గ రి - గామపామ	గామామ
నన్ను - మాఅ - టమా - టి కి , - నొబరు	ముఉఉ - య్యాకుఉఉ	రా ఆ అఅ
గ రి - ‖ స స ‖		
అఅ - ‖ శి వ ‖		

౨౦

రెండవ భాగము.

సావేరి రాగము - ఆదితాళము

ఆరోహణము	స	రి	మ	ప	ధ	స	అవరోహణము	స ని ద ప
	,,	శు	శు	,,	శు	,,		కా

ప ముట్టరాదటె - మోహనాంగిరో - నిన్ను ॥ ము ॥

అ మట్టుమీరి నాదుకరము - పట్టియీడ్చుటోసకారి ॥ ము ॥

చ ప్రీతిమీరగా నీదు లేతగుబ్బల యిరుచేతనుంచ్చి -
నేపలుకాన్యాతి చెందినవారనే ॥ ము ॥

ప ,, - ,, - ,, - సాసా - సని ధపమగ | రీ ,, - ,, గ రి | స ధ - స
', - ,, - ,, - ముట్ట - రఅఅఅదఅ | టే ,, - ,, మొఙ | హాఅ - న

ధా - ,, - ,, - సాసా - సనిధ పమగ | రీ ,, - ,, గ రి | స ధ - ,
రో - ,, - ,, - ముట్ట - రఅఅఅదఅ | టే ,, - ,, మొఙ | హాఅ - న

ధా - , ధపధ ॥
రో - , నిఇన్ను ॥ ముట్ట ॥

అ ,, - ,, - ,, - సరిగా , గరీ రి
,, - ,, - ,, - పులొట్టు , మింఈరి

మగరి - మపధ ॥
దొాజస - క అరి ॥ ముట్ట ॥

చ ,, - ,, - ,, - పాధా - పా ,, ధా
,, - ,, - ,, - ప్రీ తి - మీా ,, ర

పా , సా స - సరిగా గరీసా
ం , యిరు - చెవిత నుంచి

ధా , ధ పధ ॥
న , వారనే ॥ ముట్ట ॥

నిధ ప - మపధ - ధని
నలిదు - ఒరము - కలి

పధ ని - ధపమ - పా
గలిలి - నిఇదు - లే

ధా , - పాద - ధ ని
నే , బలు - క్యలి

ధా ,, - ధ
ట్టి ,, -

ధా - సనిధా
ల - గుడఊ

ధా , - రీ
తి , - చెం

కమాసురాగము - ఆదితాళము.

ఆరోహణము	స	మ	గ	మ	ప	ధ	ని	ṡ	అవరోహణము.	ṡ ని
	,,	శు	అం	శు	,,	చ	కై	,,		

: కాసానీచెలినే - గాదటరాని బాసలెల్ల - యేమాయెనురా ॥ కా ॥

అ 1. సారెకు నాపరిహారియెదుట - నిన్ను రారారారారారా యని పిలచిన ॥ కా ॥

2 ఆసలుతో - పరిహాసమునలుగ - రోసముతో - ఓరోరని - పిలచిన ॥ కా ॥

3. రేపగలని - బేదము లెంచకనే - నీపై కొని - యుపరతులు సల్పిన ॥ కా ॥

4. మాటలోన - పొరబాటులేని - నీమాటలెల్ల - బల్ సూటిగ - నేర్పిన ॥ కా ।

5 ధర్మపురిని - నెలకొన్నసామి - శ్రీనిర్మలమగు - మకుటేశుని - సాక్షిగ ॥ కా

ప॥ ,, సా - సనిరిస - నిధసని - ధపధప	మగపమ - గా ,,	గామాప
,, కా - సలలల - నిఇఇఇ - చెలిఇ	నేఎఎఎ - గా ,,	ద ట రా

సీథామాపా ,, - థానిదపా ,,	,, పా - పా ధపమాగా	మానీ -
బాఆ స లే ,, - ల్ల ఆఅ ఆ ,,	,, యే - మాఅ అఆఆ	యెను -
అ. ,, పనీధ నీ - సానీసాసా	,, నినిధని రి స	సనిధా -
,, సఆరెకు - స ఆ స రి	,, వఅరిఇయెఎ	దుడుట -
,, పనీ ధనీ - సానీసాసా	,, నిసగగమా	గ రి స -
,, సఆరెకు - వ ఆ స రి	,, వఅరిఇయె	దుడుట -
,, మామామా - ,, పాపా ,,	,, నీ , - ధథా	,, పమా
,, రా రా రా - ,, రారా ,,	,, రా , - యని	,, పి ల

నాటకురంజిరాగము - ఆదితాళము.

ఆరోహణము	స	రి	గ	మ	గ	ని	ప	ధ	ని	స	అవరోహణము	స
	,,	చ	అం	శు	చ	కై	,	చ	కై	,,		

ప. తారుమారులాడేవేమే - బజారీ - తారుమారులాడేవేమే ॥ తా ॥

అ నేరమెంచ్చకనన్ - కౌగలించ్చుమంటె ॥ తా ॥

చ 1. మోడిసేయక నాతోడబల్కి - కడు వేడుకల్ -
కర్పూరవీడమివ్వమంటె ॥ తా ॥

2 ప్రీతిమీరగనే - సాదురంబుతో - నీదు లేతగుబ్బల -
నాచేతికివ్వమంటే ॥ తా ॥

ప ,, - ,, - ,, - మాగా - సా ,, నీ
,, - ,, - ,, - తా రు - మా ,, రు

సా , రిగమ - మ రి పమగ సా ,, స ని
జా , రిఇ ఇ - తారుఉఉఉమా ,, రుఉ

ధ ని స - నిసమ - ధ ని | సా ,, - ,,
లాఅఅ - డెఎ ఎ - వెఎ | మే ,, - ,,

ధ ని స - నిధమ - ధని | సా ,, - ,,
లాఅఅ - డెఎఎ - ఎఎ | మే ,, - ,,

సా , రిగమ ॥
జా , రిఇ ఇ ॥ తారు ॥

అ ,, - ,, - ,, - నిరిసా - సనిసీధా | ధప - ధనిసా - ని స | నిధమా , గ
,, - ,, - ,, - నెవరా - మెం ంచ | కఅ - నఅ న్ - కాఁడ | గఅలిం , ప

మగసరిగ ॥
మంటవ్వ ॥ తారు ॥

చ ,, - ,, - ,, - సా సా - మధనిధనీ | ధనిసని ధ మ - ధా | నీ సా ,, నీ-
,, - ,, - ,, - మోడి - సెఎఎఎయ | కఅఅనాఅఅ - లో | డబల్ ,, కే -

సా , సా , - ని రి సా - నిసనీధా | స ధధనిసా - నిస | నిధమా ,, గ
క , డు , - వేఎవు - కఅల్ కర్ | పూఁఉరఅఆ - వీడ | డఅ మి ,, వ

గసారిగ ॥
మంటుఎ ॥ తారు ॥

అఠాణరాగము - చతురశ్రరూపకతాళము

ఆరోహణము	స ,,	రి చ	మ శు	ప ,,	ని కా	ṡ ,,	అవరోహణము.	ṡ ని ధ ప

ప సరియేమిసారసాక్షినీకిది ॥ సరి ॥

అ కరమిడ్చిప్యారపిలచిన - కసుణారపంబె - లేకుండుట ॥ సరి ॥

చ. మదిరాక్షి నీదు మానహృదయంబు గానలేకనే -

ముదమొంది మోవియానగ - పదవిన్వగనే - నిగువుల్ జేయుట ॥ సరి ॥

స ,,,, - ,, - ,, - ,, - మా ॥ గా ,, - మా - పా ,, పా ॥ పానిస - ధా - నినిపమ ॥

,,,, - ,, - ,, - ,, - స రి ॥ యే ,, - మి - సా ,, ర ॥ సాఅఅ - క్షీ - నిఇకి ది ॥

,,,, - ,, - ,, - ,, మా ॥ గా ,, - మా - పా ,, పా ॥ పానిస - ధా నినిపమ ॥
,,,, - ,, - ,, - ,, - స రి ॥ యే ,, - మి - సా ,, ర ॥ సాఅఅ - తీ నిఇకి ది ॥ సరి ॥

అ ,,,, - ,, - ,, - ,, - సని ॥ సా గా - రీ - సా రి స - సాసా ॥
,,,, - ,, - ,, - ,, - కర ॥ మీాఈ - ఢ్చి - ప్యాఅఅ - అ ర ॥

నీదా - నీసా ,, - సరి ॥ ధా ,, - ధాధానీపా ॥ పధపధ - నీ నీధ ప ॥
పె ల - చి న ,, - కరు ॥ ణా ,, - ర స ౦౦జే ॥ లెఎఎ - రుండుట ॥ సరి ॥

చ. ,,,, - ,, - ,, - ,, - మప - గా ,, - మా - పా ,, పా ॥ ప ని పా - ధానీపామప ॥
,,,, - ,, - ,, - ,, మా౩ - రా ,, - తీ - నీ ,, దు ॥ నూాడడూ - న ఆహ్లాదద ॥

సా ,, - సా - సా ,, సా - ధా ,, - నీసా ,, ॥
యం ,, బు - గా ,, న - లే ,, - క నే ,, ॥

కమాసు రాగము - రూపక తాళము.

ఆరోహణము	స ,,	మ శు	గ అం	మ శు	ప ,,	ధ చ	ని కై	స ,,	అవరోహణము.	స ని ధ

ప. అపుడుమనసునిలుచునతే - అతివరో యిదేటిమాట ॥ అ ॥

అ చపలమేటి - కెటువంటి - సామర్థ్యము - కలవాౖరైనను ॥ అ ॥

చ చొక్కపు యౌవ్వనముగల - చక్కనిపురుషుడు - యువతుల

పక్కజేరి సరసముగా - పల్కుచు కనుసైగజేయగ ॥ అ ॥

ప పాపా - ధా - సానీధా - పధధ ప - మాగామా ,, ॥ ,, గమా - , గ - రీ - గరిసా -

అ పు - డు - మన సు - నిఇలుఉ - చు న తే ,, ॥ ,, అ తి - , వ - రో - ఒఒయి -

సమగమ - పధ - నినిధధపమ ॥ పాధా - నీ - రి సనిధపా - పధధ ప - మాగామా ,, ॥

దెఎఎ ఎ - టిఇ - మఅఅఅటఅ ॥ అ పు - డు - మఅనఅసు - నిఇలుఉ - చు న తే ,, ॥

,, గమా - , గ - రీ - గరిసా - సమగమ - పధ - రి స నిధ పమ ॥

,, అ తి - , వ - రో - ఒఒయి - దెఎ ఎ ఎ - టిఇ - మఅఅఅటఅ ॥ అ ॥

అ ,, ధని - సా - సనిధా - నిధ - ధప - ధ ని - సా,, సా ,, - ధనిసా - సరి ॥ మగ - మా -

,, చప - ల - మెఎఏ - టిఇ - ఇఇ - కెటు - వం,, టి ,, - ఇఇఈ - ఇఇ ॥ చ ప - ల -

మనిథా - నిధ - ధప - ధ ని - సా ,, సా ,, ॥ ,, - మగ - రిగ - సా ,, - సని ధప - ధ ని
మెఎ ఏ - టిఇ - ఇఇ - కెటు - వం ,, టి ,, ॥ ,, - చ ప - లఅ - మే ,, - టిఇ ఇఇ - కెటు

,, - సమ - గసా - స ని - ధప - ధ ని - సా ,, సా ,,॥ గా ,,- మగ రీ-గ రి సా -పధరిస -రిస
,, - చప - లమే - టిఇ - ఇ ఇ - కెటు - వం ,, టి ,,॥ సా ,,- మఅర్ - త్యఅము-గఅలఅ-వః

చ. ,, మ గ - మాపాథా ,, - ధ రి సా - ,, - ని సనిధపమా -
,, చొాఒ - క్క-పుయా ,, - వ్వఅనా - ,, - ముఉ గఅలఆ -

పా ,, - ప ధధ ప - మగమా - పాథా - ని సనిధ - పాపా ॥
చ ,, - క్కఅఅని - పుఉ రు - షు డు - యుఉవఅ - తు ల ॥

,, - ధ ని - సా - సనిథా - నిధ - ధ ప - ధని - సా ,, సా ,, ॥ ,, - స మ - గసా - సని -
,, - పక్క- - జే - రిఇ ఈ - సఅ - రఅ - సఅ - మూ ,, గా ,, ॥ ,, - పక్క- - జే రి - సఅ -

ధని - సా ,, సా ,, ॥ గా ,, - మ గ రీ - గరిసా - ప ధ రిస - రి స - రిస నిధపమ ॥
సఅ - మూ ,, గా ,, ॥ ప ,, - ల్కు-ఉచూ - కఅను - సైఇఇఇ - గఅ - జెఎఎయగ ॥ అ ॥

ఆనందభైరవిరాగము - రూపకతాళము.

ఆరోహణము.	స	గ	రి	గ	మ	ప	ధ	ప	ని	ṡ	అవరోహణము	స	ని
	,,	సా	చ	సా	శు	,,	శు	,,	కా	,,			

ప. 1 వాహ్వారేచిన్నది - యీపట్టణం - వున్నాదిరా - ఆమోహా
నాంగుని - జూడ్కజూడ - మోహామే - గనమాయెరా ॥ వా ॥

2 సాటివాటిలో మేటిరా - దానిపాటల రతిబోటిరా -
కోటివరపక్లైనను - వొకమాటకే నిచ్చేనురా ॥ వా ॥

3 మగువ కులుకులబోటిరా - దాని వయసుపదహారేండ్లురా -
మగువజిగిపాలిండ్లుమంచ్చి - మల్లెపువ్వులుచెండ్లురా ॥ వా ॥

4 తొడలు గదలి స్తంభముల్ - దాని నడలు హంసలుబోలురా
గడియగడియకు దానివన్నె - ఘనమని యెంచేనురా ॥ వా ॥

ప పని నీ నీ - సస్స స - రి స - నీధ ప - మాగారి - గామ - మా ష్మ -
వలహ్వారే - చిన్నది - యిఇ - పట్టణాం - వున్నాది - రాఅ - మోహా -
పాప్పమ - గారి సాస్స - సా మమా - గరి - గా రి సా ॥
నాంగుని - జూడజూడ - మోహామే - గన - మాయెరా ॥

పా నీ - నీ నీ - ధాపమ - పా పద్ద పా - మాగారి - గామ -
వాఅ - హ్వారే - చిన్నది - యీపట్ణాం - వున్నాది - రాఅ -

మామ్మ - పాప్పమ - గా రి సాస్స - సా మమా - గరి - గా రిసా ॥
మోహా - నాంగుని - జూడజూడ - మోహామే - గన - మాయెరా ॥ వా ॥

ధన్యాసిరాగము - ఏకతాళము

ఆరోహణము	స	గ	మ	ప	ని	స	అవరోహణము	స ని ధ
	,,	సా	శు	,,	కై	,,		శు

ప. నీకేమగువ బోధించెర - యెంత కింత్త మోడిజేసేవు ॥ నీ ॥

అ. శ్యామరాజభూపాలతనయ - సర శ్రీక్రిష్ణరాజేంద్ర ॥ నీ ॥

ప పాసానిధప - మపమ - గమసామపా - ధ పమగమ - పామా -గరి స ॥
నీ కేమగువ - బోబబ - దిం ం చెరా - యెందుకింత్త - మో డీ -జేసేవు ॥ నీ ॥

పా ప - పాసాస - రీ సా నిధప ప - పస నీ - పామ - గాగమ ప ॥

శ్యామ - రా ఆజ - భూపాలతనయ - సరశ్రీ - క్రిష్ణ - రాజెేంద్ర ॥

చిట్టస్వరము నీస రిస - నిస నీ ధప - సని ధ ప - మగమప - నీ ధ ప -

నీమనసు - కనుగొంటిని - నిజముగ - నిలువని - మోహాము -

మగరిసా గమప - గామప - గమప - ధపమ -

దెలిసెరా - నెలత - దూరిన - పలుక - చెలికె -

గ మపని - సరిసా నిధ - నీ ధపమ - గామ ప ని ॥

హితవుగ - వినినానుబా - యికన్యార - దు నియొంటి ॥ నీ ॥

కానడరాగము - ఏకతాళము

ఆరోహణము.	స ,,	రి చ	గ సా	మ శు	ధ చ	ని కై	స ,,	అవరోహణము.	స ని ప మ ప ధ ని ధ

ప. 1. పిలవినపలుకవు - న్యాయమోరా - కలకాలము నిన్ను - కోరికోరినే ॥ పిల ॥
2 నిన్నటిదినము - ఆసంనపుసందులో - కన్నులజూచి నిన్ను - కడువడివేడుచు ॥
3. దోసకారియగు - దాసిసొందెవ్వడు - కాసులేనివాడు మోసపోతు నని ॥ పిల
4 మరుడు నాయురనున - సరములువేయ - మరిమరి ఓర్వ - నాతరము కాదని ॥

ప 1. ససరి - రిర్రిగసరి - పా ప్ప మా - పాప్పమగరి - పసనీపప - మమ -
పిలచిన - పలుఉకవు - న్యాయమో - రాఅఅఅ - కలకాలము - నిన్ను -
నీపమ - గామారిస ॥
కోరిఇ - కో రిఇనే ॥ పిల ॥

2. ససస రి - రిర్రిగస రి - పాపాప్పమ - పాప్పమగరి - పస ని ప - మామమమ -
నిఇన్నటి - దిఇఇనము - ఆ సంన పు - సందుఉలో - కఅన్నుల - జూచినన్ను -
నినిపమ - గామారిస ॥
కడువడి - వే ఏడుచు ॥ పిల ॥

బ్యాగ్ రాగము - ఏకతాళము.

ఆరోహణము.	స ,,	గ ఝం	మ శు	ప ,,	ని కా	ద చ	ని కి	స ,,	అవరోహణము.	స ని ధ ప మ

ప సారెకూ మేరగాదనే - నారూలకెదుట నన్ను దూరేది వానికి ‖ సా ‖

అ. 1 కంతసమరూపుడ నే - కాంతమున - చింతచల - పంతమున - చెంతనన్ను -
చింతాచల - రింతాముని - దొంతివరదములచే - పంతములాడుటా ‖ సా ‖

2 తాళవనలోలుని నే - కాలమెడబాయాకనే - మేలిమితోగూడారతి - దేలింపుచు -
చాలా బతిమాలుచూ - నేనుం నేననుమాలోలుడౌనెంచూట ‖ సా ‖

ప గమపా - మగ్గరిసా - రీగ - మపామగా ‖ గమపాపపా - మామమామ -
స అ ఆ - రెకుఉడూ - మేర - గ ఆ ద నే ‖ స అఆరెకూ - మే ర గా ద -
రీగా - గమపామగరిస ‖ గమపా - మగ్గరిసా - రీ గ - మపామగా ‖
నేఏ - ఏ ఏఏ ఏ ఏఏఏ ‖ స అ ఆ - రెకుఉడూ - మేర - గ ఆ ద నే ‖ సా ‖

అ పపపప - నీ సా సస - సా గా స రి - నీ సా స స - సా నీ ని ని - నీ నీ ధ ధ -
కంతసమ - రూపూడనె - కాంతాముని - చింతాచల - పంతాముని - చెంతానన్ను -
ధ ద్దాపప - పప్పామమ - గామపాధధ - ధ ధ - ధనిసా - నిస నిధ - పాధప - మాగ ‖
చింతాచల - రింతాముని - దొంతివరద - ముల - చెఏఏ - పంంతము - లాఅఅ - డు ట ‖ సా |

జంఝూటరాగము - రూపకతాళము

ఆరోహణము.	ధ	స	రి	గ	మ	ప	ధ	ని	అవరోహణము	ధ ప మ గ
	చ	,,	చ	అం	శు	,,	చ	కై		

ప మారుబల్కవదేమిరా - నా సామికి ॥ మా ॥

అ. 1 ఎంతోవేడినగాని - ఇంతైనదయలేద - యిదిమంచిసమయమురా - నాసామికి ॥ మా

2 అంగానమణులతో - గూడినదిమొదలు - జాలుమిచేసేవురా - నాసామికి ॥ మా ॥

ప ధా సా రీగస - రీమగ - గరిసా - రీమగరిస - స్రీ ధా - స్రీదప్రా ॥

మారుబల్కవ - దేఏమి - రఅఆ - నాసఅఅఅ - మిా-ఈ - కిఇఈ ॥

గా గ - గాగ గ - మాగ - రీగమా - రీమగరిస - స్రీ ధా - స్రీదప్రా ॥

మాగు - బల్కవ - దే మి - రాఅఆ - నాసఅఅఅ - మిా-ఈ - కిఇఈ ॥ మా ॥

అ. మప్ప మగరీ - గామపా - పాప - గామపా - మగ రీగ - గగగాగ -

ఎంతో ఒఒఓ - వే డి న - గాని - ఇం తై న - దయలేద - ఇదిమంచి -

మగ - రీమగ రి సా - రీమగ రిస - స్రీ ధా - స్రీదప్రా ॥

సమ - యాఅమురఆ - నాసఅఅఅ - మిా-ఈ - కిఇఈ ॥ మా ॥

పూరికల్యాణిరాగము - మిశ్రలఘుతాళము.

ఆరోహణము	స	రి	గ	మ	ప	ధ	ని	ధ	స	అవరోహణము	స ని ద
	,,	శు	అం	ప్ర	,,	చ	కా	చ	,,		

ప. నీమాట లేమాయెనురా - సామి బల్కరా ॥ నీ ॥

అ. ఏమేమో బోధించి నన్నే మార్చియాడిన ॥ నీ ॥

చ. చక్కనిసామివలె - చెక్కిలినొక్కి రవ ముక్కెర -

నీకిచ్చె నని టక్కులచే - సొక్కించిన ॥ నీ ॥

ప. పా నీ - పమా ॥ గామా - గ రీ ॥ సా ,, - , సని ॥ స రిగ రి - గమా ॥

నీమా - అ ట ॥ లే మా - యను॥ రా ,, - , సఅ ॥ మిఇబల్ - క రా ॥ నీ ॥

అ సరిగా - రి సా ॥ ని ధనిధ - పమా ॥ గా ని ధ - పమా ॥ గాగమ - రిగా ॥

ఎఏమే - ఒమో ॥ బోధిం౦ - చినన్ ॥ న్నేమఅ - అ రి ॥ చియఅ - డిన ॥ నీ ॥

చ. ,, పా - పమా ॥ ధానీ - పాధ ॥ ,, సా - స సా ॥ రి గా - రీసా ॥

,, చక్ - కని ॥ సామి - వ లె ॥ ,, చెక్ - క్కలి ॥ నొక్కి - ర వ ॥

స గ గా - రిసా ॥ ధానీ - పమా ॥ గానీ - పమా ॥ గామా - రీగా ॥

ముక్కెఎ - రనీ ॥ కి చ్చె - న ని ॥ టక్కు - ల చే ॥ సొక్కిం - చిన ॥ నీ ॥

కమాసురాగము - ఆదితాళము.

ఆరోహణము.	స	మ	గ	మ	ప	ధ	ని	స	అవరోహణము.	స	ని
	,,	శు	అం	శు	,,	చ	కై	,,			

ప మరులుకొన్నదిరా - మానినీమణి నీపై ॥ మ ॥

అ పరిపరివిధముల - పరితపించుచు నీపై ॥ మ ॥

చ 1. ధరలోధనికుని - వెదకినినువల్లభుడని -
తరుణిమిగులనిన్ను - తలచితలచి చాల ॥ మ ॥

2 మరకతాంగిక్రూరుడౌ - మరునిబారికోర్వక -
మరులుకొనినీదు - మదనకేళికి చాల ॥ మ ॥

ప గమధపా - ధానిధా - ధానిప - పధనిస - సనీ - నిధపాపా - ధానిస - ధానిప ॥

మరులుకొ - న్నాదిరా - ఆ అఅ - మఅనిని - మఆ - ణిఇఈని - పై ఇఇ - ఈ ఇఇ ॥

ధమా - ధపా - ధానిస - ధానిప - నిధా - ధానిప - పధనిస - నీనిధపమమా - పధనిధ

మరు - లుకొ - న్నాఅఅ - ఆ అఅ - దిరా - ఆ అఅ - మఅనిని - మణిఇఇఇ నీ - పై ఇఇఇ

ధమా-ధ పా - థా ని స-థానిః - నిథా - థానిః - పధని స - నిధపమగాస - సమగమ-ధ

మ రు -లుకో - న్నా అఅ- ఆ అఅ - దిరా - ఆ అఅ - మఅనిని - మఅఅఅఅణి - నిఇ ఇఇ -పై

ధమా - ధ పా - థా ని స - థానిః - నిథా - థానిప - ధ ని సరీ - సానీ - నిధపా - ధ నిస

మ రు - లుకో - న్నా అఅ - ఆ అఅ - దిరా - ఆ అఅ - మఅనిని - మణీ - నిఇ ఈ - పై ఇ

అ ధనిసగారీ - రిససా - స ధ రి రి ససా - పధపధ - ధరి ససా ని - నిథామ - మాపధనిధ - ధనీధ

పరిపరి ని - దఅఅ - ముఉలఅఅఅ - పరిఇఇ - తపించుడు - చుడూఉ - నీ పై ఇఇఇ - ఇ ఇఇ

చ థామాధనీసా - థానిసని - రిరిససాని - ధనిసరీసారి - ని ని ని - నిధపాని ని ॥
దా ర లోధ ని - కుఉఉని - వెఎఏఏ - దకినినువల్ల - భుఉఉ - డఅఆనిఇఇ ॥

థామాధనిసా - థానిసని - రిరిససాని - ధనిసరీసారి - ని నిని - నిధపాధ ॥
థా ర లోధని - కు ఉఉని - వెఎఏఏ - దకినినువల్ల భుఉఉ - డఅఆని ॥

ధని స గారీ - రిససాసధ - రి రి స సా - పధపధరి ససాని - నిథామ - మాపధనిధ - ధనీ ధ ॥
తరుణిమిగు - లఅఆఅని - న్నుఉఊఉ - తలఅచితలఆఅ - చిఈ ఇ - చాఅలఅఅ - అఆఅ ॥

సురటిరాగము - ఏకతాళము.

ఆరోహణము.	స ,,	రి చ	మ శు	ప ,,	ని కై	ṡ ,,	అవరోహణము.	ṡ ని ధ ప వ చ

ప నీరజముఖి - యారేసుమాడువరే - రేప్రియజారనెందనిసిదరే ॥ నీ ॥

1 సాకువదణితప్పైరణినిలదే - ఆలోకరభళీసదరే ॥ నీ ॥

2 సతయగుణాగుణ - సరణితెలియదే - పతిహితత్యజిసదరే ॥ నీ ॥

3. వరభీమేశన - వాంచనయెల్లీపర - తరుణిరోనాలసిదరే ॥ నీ ॥

ప. ప - పపమాపధా - నీ ధామ - పా మగ - రీ - రీ రీ - రీ స స - రీమామ - పనిసరీ - సా

నీ - రజత ముఖి - యారేను - మాడువ - రే - రేప - ప్రియ - జారనెం - దనిసద - రే

నిధ - పమాపధా - నీ ధామ - పా మగ - రీ - రీ రీ - రీ స స - రీమామ - పనిసరీ - సా

నిఇ - ర జ ముఖి - యారేను - మాడువ - రే - రేప - ప్రియ - జార నెం - దనిసద - రే

చ. పసానినీ - సనిసా - సనిసానిధా - నినిసా - సాసా - స నీ ని నీ - ససనీస రీ - సా ॥

సఆకువ - దణిత - అప్పైఇరణి - నిలదే - ఆ ఆ - అలోకర - భళిఈసద - రే ॥ నీ ॥

జంఝూటి రాగము - ఆదితాళము

ఆరోహణము	ధ	స	రి	గ	మ	ప	ధ	ని	అవరోహణము	ధ ప మ గ రి స
	చ	,,	చ	అం	శు	,,	చ	కై		

ప 1 నాధవిందుకలాది - నమోనమో - వేదమంత్రస్వరూపా - నమోనమో -
జ్ఞానపండితస్వామి - నమోనమో - వెగుకోట ॥ నాధ ॥
2 నాపుశంబుకుమూరా - నమోనమో - బోగఅందరిపాలా - నమోనమో -
నాగపందమయూరా - నమోనమో - పగశూరర్ ॥ నాధ ॥
3 చేదదండవినోదా - నమోనమో - గీతకింకిణిపాదా - నమోనమో -
దీరచంప్రమవీరా - నమోనమో - గిరిరాజా ॥ నాధ ॥
4 దీపమంగళజోతీ - నమోనమో - తూయఅంబలలీలా - నమోనమో -
దేవకుంజరిబాగా - నమోనమో - అరుళ్ తారాయ్ ॥ నాధ ॥

ప సధ - సరిగాగ గ - గ గాగగా - మమగారి ॥ సధ - సరిగాగగ - గమపాధమ -
నా - ధవిందుక - లాదినమో - నమొఓఒ ॥ నా - ధవిందుక - లఅ గి ఇ ఇ -
మమా - మమగారి ॥ పరి - మగారి - సాధ - ససరిగాగా - మగామ - మ గారి -
న మో - నమొఓ ఒ ॥ నఅ - ద ఆ అ - విం - దుకఅలాడి - న మోన - మొఓఒ -

రీ రీ - గమ ప పా - పామానుగ - రి గ మ గ - రిస సా - సరిగ స - రీ రి రి - రీ ప
వేద - మంంత్రస్వ - రూ పాచఅ - మొఒఒఒ - న మొఓ - జ్ఞ అఅస - పండిత - స్వామి
మగా రి - స సా - నీసా రి స రి - పమగా - మగరీసా - రిగమగరిగ - మగరిస ॥
మొఓఒ - నమో - వెగుళొాఒఒ - ఒ ఒ ఓ - ఒఒ ఓ టీ - ఇఇఇఇ ఇ ఇ - ఇ ఇఇఇ ॥ నాథ

కమానురాగము - ఆదితాళము

ఆరోహణము	స	మ	గ	మ	ప	ధ	ని	స	అవరోహణము	స ని ధ
	,,	శు	అం	శు	,,	చ	కై	,,		

ప నిధధప - మగరిగమా - మగమపధ ॥ సనినిధ - ధపమగమా - మగమపధ ॥
దిందిం - తన ది రి నా - ఉదనిద ని ॥ దిం దిం - తన ది రి నా - ఉదనిద ని ॥
సనినిధ - ధపమగమాగ - గారి సా ॥ సారిరిసస - మగమ - పాధధప ప - సని ప -
దింది ం - తన ది రి నా అ - దాఅనిం ॥ నాదిరిదిరి - ద అ ని - తోం౦రిదిరి - దఅని -
రిగరి ప ॥ నీధా - పధనిసనిధ - ప మాగగా - మపమా - గాసా ॥ మాగగ - మనిధ -
ఉదనిత ॥ దీ ం - దిఇఇఇఇ ం - త నా ది రీ - న అ ఆ - ఆ ఆ ॥ నా ది రి - దిం ం -
నిసానిసా - నిధనిప రి - రి గా రి - సాని - రిసనిధ - ధని పా - మ గా - రిస ని -
దిం త నా - ఉదనిదని - దొాఓఒ - స్తూర - తఅనిఅ - గరి నా - త నోం - తన న -
రి సా ని - ధప - పమగగమా } గమపధనిప - రిగరిస ॥ దీం ॥
తనోంత - నన - తన ది రి నా

వసంతరాగము - ఆదితాళము.

ఆరోహణము.	స	గ	మ	ధ	ని	స	అవరోహణము	స ని ధ మ
	,,	అం	శు	శు	కా	,,		

ప. సా రి స నీ - ధానీధమా - గామాంధమమాగ - రిసా - ధమాధనీ ॥ సా ॥
దీంగఇఈం - తాఅంది రీ - తానాఅఅఆ౦౦ - ది రీ - న ఆ ది రీ ॥ దీం ॥

అ సస సస - సస సస - సా రి సా ని - సాగ రి రిగా - మగరి - సనిధధమ - గమధధని ॥ స
ఉదనిత - తదనిత - తాారెతాారె - నాదిరిదిత్తోం - తనన - తనన నన - ననన నన ॥ దీ

చ. సాసాసాసా - సా స సా - నిసరీ - సారినీ - ధానిధధమగా - సానిధనిధమ -
నిన్నే కోరి - యున్నదీ - రఅఆ - ఆఅఆ - నీపఇమరులూ - కొన్నదిఇఇఇ -
గమధని - సగసాగామా - గారి - సాగరిసనీ ॥ స గ స గా - మాధమ - మాధమమా
రఅఅఅ - పన్నగదా నీ - నేలు - కోబరఅఆ ॥ పన్నగదా - నీ ఇ ఇ - ఈ ఇ ఇ ఈ
గారిసాగ - రిసనీ ॥ సాససా స సా - ధని ధ - ధమధని ॥ ససస స - సససస -
నేలుకోబ - రఅఆ ॥ వన్నె కాడ శ్రీ - కృష్ణర - జేంద్రఅ ॥ ఉదనిత - తదనిత -
సా రి సా ని - సాగరి రి గా - మగరి - సనిధధమ - గమధధని ॥ సా ॥
తాారెతాారె - నాదిరిదిత్తోం - తనన - తనన నన - నన నన న ॥ దీం ॥

(మేళజన్యము) సౌరాష్ట్ర రాగము - ఆదితాళము.

ఆరోహణము	స ,,	రి శు	గ అం	మ శు	ప ,,	ధ శు	ని కా	ṡ ,,	అవరోహణము.	ṡ ని

ప నీపాద పద్మములకూ - నిత్యజయ మంగళం॥
అ పాపాపా - నోదనప్ర - భావముగలిగియున్న ॥ నీ ॥
ప గౌతమ - సంయమీకాకి - శాపుర - మునునిల్పి ॥
అ భూతేశార్చితమగుచు - ఖ్యాతీ - గాంచినయట్టి ॥ నీ ॥
ప లోకాపావని - యైన - నాకాగం - గాభవాని ॥
అ. ప్రాకట - సంభవము - కాకారములున్నైన ॥ నీ ॥
ప పంకేజా - భవసురేంద్రో - పాస్యప్రాభవముగాంచీ ॥
అ వేంకట - రంగకవిహృ - త్పంకేజమందు వెలుగు ॥ నీ ॥

ప. పాధనీసా - నిధపా - పా మ గమరీ - సానిధా - సారీ - పామ - గమగరి - గమపమ
నీ ఇపాఅ - ద అఆ - పద్మములకూ - నిత్యఆ - జయ - మంగ - ళం ం ం - ం ం ం ం
అ దాసాసా - రీరి గ రి సా - సా సా రీ - సనిప - ని ధ పమ ॥ పా ॥
పాపాపా - నోదనఅ్ర - భావాము - గలిగి - యుఉఉన్న ॥ నీ ॥

23

మూడవ భాగము.

శ్రీరాగము - ఏకతాళము.

ఆరోహణము	స	రి	మ	ప	ని	స	అవరోహణము.	స ని ప ధ ని
	,,	చ	శు	,,	కై	,,		చ

ప. తులసీ - జలజనాభుకృపవడసి - సకలమహీజోన్నతివడసి -
కలుషహారివై వెలసి - కరుణనుబ్రోతువుభక్తుల ॥ తులసీ ॥

సాకీ సకలలోకాతీతవినుత - మణిమయరత్నహారములమించి - నిరుపమప్రభావిభాసిత -
వైజయంతీ మనోహర - విష్ణువక్షస్థల - మధిగమించి - భక్తినిగొల్చెడివారికిసతతము
ప్రాపుచూపెదవు - భవ్యచరిత్రవు - వరమొసినే - పొగడగనే - భృశమునినే -
అనిశముగొలుతును - ననుదయగనుమా ॥ తులసీ ॥

ప పపసా - నినిస నీ ప - ని పమ - మపనీ నినిప - ని సా - ని పపమ -
తులసీ - జలజనాభు - కృడప - వడ సీ - సకల - మహీ - జొఒన్నతి -
గరిసా - రిమమ - మామ్మమరి - రిమపా - గరిరి స - స ని ని ప - నీపమ ॥
వడ సీ - కలుష - హా రి వైఇ - వెల సీ - కరుణను - బ్రొఒతువు - భక్తుల ॥ తులసీ ॥

పాకీ సరి రి రి రీ - రీగరిరిరి - స రి స స - సస్స రి స స స - సా రిగరిస - స రిగ రీ -

సకలలోకా - తీతవినుత - మణిమయ - రత్నహారముల - మించిఇఇఇ - ఇ ఇఇ ఈ -

గరిసపాస్సపా - గరీసపా - సారి సాసా - రి రీ స సా - రిస్సపస్సారిస - స స రి స -

నిరుపమప్రభా - విభాసిత - వైజయంతీ - మనోహర - విష్ణువక్షస్థల - మధిగమిం-

నీనిసనిపా - రి రిరిరీ గ రి - సాస్సస - పసరి స - సాస్సనీ సనిప - పానిని - సాస్సపా -

చీఇఇఇఈ - భక్తినిగొల్చెడి - వారి కి - సతతము - ప్రాపుచూపెదవు - భవ్యచ - రిత్రవు -

సస రి సరీ - ని నిసనిసా - ప ప నిపనీ - రిరిగరీ - స స్సరి స -

వశమొనినే - పొగడగనే - భృశమునినే - అనిశము - గొలుతును -

నిని స ని - ప ని ప మ ॥

ననుదయ - గనుమఅ ॥ తులసీ ॥

కీర్వాణిరాగము - ఏకతాళము

ఆరోహణము	స	రి	గ	మ	ప	ధ	ని	స	అవరోహణము.	స ని ధ
	,,	చ	సా	శు	,,	శు	కా	,,		

ప. ఆసేతుసీతశైలమధ్యభరతమాతా - భారతీ - జగద్వినుతి -
ధృతివతి - తేభవతు - శాంతీ ॥ ఆసేతు ॥

అ 1 పాతునాస్తే - సుతానే - సుహృద్ధీసంయుతానే - పాహి మాం -
పాహి మాం - పాహి దేశమాతా ॥ భారతీ ॥

2. ధీరసత్యభీష్మబుద్ధ - గాంధ్యాత్మకసుచరిత్రా ॥ భారతీ ॥

ప. సరిగా - గాగ్గ - గాగ్గరీమ్మ - గ రీ స - సస్సస్స - నిస నిసరి గారీ -
అఅఅ - సేతు - శీతశైల - మఅద్య- భర త - మఅఅఅఅతా -

రిమరీనుపా - రిమమప - రిమాగరీ - గ గ్గరిమ్మ - రిమగరీ -

భఅఆర తీ - జగద్విను - తిఈఇఈ - దృతివఅ - తిఇఇఈ -

గారిసస్స - నిసనిసరిగారీ ॥

తేభవతః - శాం౦౦ ౦౦ ౦తీ ॥ అఅఆ - సేతు ॥

అ౨ అం

అ సాస్ససా - నిసరి గారిర్రీ - రిప్ప పామ - గా రి సా స - సాగా గ్గ సా -

పాతునా - స్త్రైఎసుతాఅనే - సుహృద్ధీఇ - సంయుతానె - పాహిమాం౦ -

అం

సా గా పా - రిమగ - గ్గరిసా - నిసనిసరిగారీ ॥

పాహిమాం - పఅహి - దేఎశ - మఅఅఅఅఆతా ॥ భఅఆరతీ ॥

నాయకిరాగము - ఏకతాళము.

ఆరోహణము	స	రి	మ	ప	ధ	నీ	ధ	ప	ప	అవరోహణము	ṡ నీ ధ
	,,	చ	శు	,,	చ	కై	చ	,,	,,		

ప జగన్నిర్మాణ - ప్రవీణధురీణ - ప్రణవార్థగోచరాపరబ్రహ్మా ॥ జ ॥

అ 1 నిగమాగమనుత - నీదర్శనమిడి - కృతార్థులుగమము జేసితినహాహా ॥ జ ॥
నగజాతభర్త - ఆసృష్టికర్త - అఖిలమునీంద్రులునిన్నె సదా - సొగసుగ -
బొగడుచు - నెగడుచునుందురు - చోద్యమయ్యె - నీమహిమలు గనుగొన ॥

2 జగమనురంగస్థలమును జేసి - నిఖిలచరాచర - సంఘమ్ములచే - సొగసుగ -
నాటకముల - నాడింపుచు - చోద్యమ్ముగ - తిలకించునాయకా ॥ జ ॥

ప. ధపాపాపాప - ధపాప - ధపాప - మపధసస - ధాపపా - పమారిసరి ॥

జగన్నిర్మాణ - ప్రవీణ - ధురీణ - ప్రణవఅర్థ - గోచరా - పరాబ్రంహ్మా ॥ జగ ॥

అ పప ధప - ధస సస్స - రీరిమ రిస - రి రి - ధధరి స సధ - పప ధప -

నిగమఅ - గమచుత - నీదఅర్శన - మిడి - కృతఅర్థులుగ - మముజెవి -

పప - రిమ ప ధ ॥

సితి - నహా అహా ॥ జగ ॥

ధధధాపపాప - మపధాపపప్ప - పప ధ - ధ ధ స ధ ప - పప్పమమరి -

నగజాతభర్త - అఅసృష్టికర్త - అఖిల మునీంద్రులు - నిన్నెసదఅ -

ప పధం - ధ సస స రిరిరి మ - రి స రిరి - స రి స సా ధ -

సొగసుగ - బాగడుచు - నెగడుచు - సుంందురు - చాంఒద్యమన్యో -

ధాధపప మ - రిమ పధ ॥

నీమహిమలు - గనుగొన ॥ జగ ॥

కల్యాణిరాగము - రూపకతాళము

ఆరోహణము	స	రి	గ	మ	ప	గ	ని	స	అవరోహణము.	స ని ధ ప
	,,	చ	అం	ప్ర	,	చ	కా	,,		

ప పరబ్రహ్మ - పరమేశ్వర - పురుషోత్తమ - సదానంద - పరంజ్యోతి -
పరాత్పర - పతీత - పావన - స్వప్రకాశ - వరదాయక - సకలలోక -
వందిత - సుఖదాప్రమేయ - పాహి పాహి మాం - పాహి ॥ పర ॥

ప పపామ - గరిగరిగ - మపగరిగరి - ప రి - ధనిసరి గ రి - ససానిధనిధప -
పరా అ - బ్రఅఅఅహ్మ - పరమెఎఎఎ - శ్వర - పురుషొఒత్తమ - సదానంంం ద -
ససాసా స - పాపధపగ రి - రిసరిగ - మపధాప - గారీ రి - గరిసనిసా -
పరంజ్యోతి - పారఅఅత్పర - పఅతీత - ప అవాన - స్వఅప్ర - కఅఅఅశ -
గగపాధ ప - నిన్నిధసస్సస్స - సనిధసరి - గరిసా ని - ధ ధ నిధప ప - గ గ ప ధ ద్ధ -
వరదాయక - సక లలొఒక - వంందిత - సుఖదాఅ - ప్రమెఎఎఎయ - పాహింఅహి -

ధ పమగ గ్గ - గరిసస్సస్స ॥
మఅఅఅఅం - పఅఅఅహి ॥ పర ॥

కాపి రాగము - ఏకతాళము

ఆరోహణము	స ,,	రి చ	గ సా	మ శు	రి చ	ప ,,	మ ఖ	ప ,,	ధ చ	ని కై	స ,,	అవరోహణము	స ని ధ

ప తరింపన్ కోర్కె గలదే - నీతలంప్రమా - శ్రీశునామశ్రీన్ -
నిరంతరమాతనిన్ కరుణానికతునిన్ గొల్వమా - అత్మన్ ॥ తరిం ॥

అ 1 మదింపుకుబాగ్యమున్ - ధనమున్ - ఘనంబవు -
మానముసేజూచి - యదన్గను - న్యాయనిర్నేతా - పరా
త్పరుడేలునిన్నంచున్ ॥ తరిం ॥

2 దశాంతకాలమునసీకు - తనుజహితవర్గమున్దారల్ -
సుశరణముగా - సుఖమునీయసుంత్రైనన్జాలరాపోరా ॥ తరిం ॥

స సస్సరిసన్నిద - సాప్పసస్స స్సరి - రిగమపా - రిరిగరి సరిస - స రి గా గ -
తరింప న్ - కోర్కె గలదెవె - నిఇఇ ఈ - తలంప్రముఅఅ - శ్రీఇఈశు -

రి స గ రి స - సస్సరిస నీ ధ - ధా సస్సా - సరిరిగమపా - రిగ గ్గరిస రిస -

నామశ్రీ శన్ - నిర ంతఅర - మాతనిన్ - కరుణ అ అ ఆ - నిగతునిఇఇన్ -

24

స గ గ్గ రి సరి స - గరిసా ॥

గొజల్వమలఅల - ఆత్మన్ ॥ తరిం ॥

అం అం

అ రిపాపపా - గ మ మ్మ గ - పగ గ మప - రిగా గ్గరి స - స రి గ గ గ్గ - గ రి స -

మదింః కు - భాగ్యమున్ - ధనముడున్ - ఘనంబఅవు - మఅనకున్ - జూడచి -

స స్సరి పనీ ధి - ధా సస్సస్సరి - రిగమపా - రిరిగరి సరి స - సరిగ గ్గ -

యొకన్గఅను - న్యాఅనిర్ నెవ - తఅల ఆ - పరఅత్పఅరుడు - డెవఎలు -

రిస స్సరిగ రిస ॥

నిన్నంచుడున్ ॥ తరిం ॥

శంకరాభరణరాగము - రూపకతాళము.

ఆరోహణము	స	రి	గ	మ	ప	ద	ని	స	అవరోహణము	స ని ధ
	,,	చ	అం	శు	,,	చ	కా	,,		

ప శివశంకరాహారా - భవసంకటాహారా - దేవారార -

బ్రోవావేర - సేవా చేతురా - పాపములను - బాపుము ॥ శివ ॥

అ ఎంతో వెదుకున్న గాని - ఇంతమానావై నినీకు - చింతదీర్చి -

బ్రోవరాద - చెంత జేరితిని - నీపాదములను - వదలనుమరి -

ఫాలనేత్ర పరమపురుష - పాపములను బాపుము ॥ శివ ॥

గమపాపనిధానిసా - సస్సనిధధ - పధనీధః - పధసా - సనిధనిప -
శి వశంకరఆహారా - భవసంకట - హాఅఅరఅ - దెఎవా - రఅఅఅర -

గమపధా - పమగమరి - గామపా - మగరిగారిసా - ప పృధ ప మ -

బ్రోవలేల - వెవ ఎవర - నె ఎవా - చెవఎవతురా - పాపములను -

గమగ రి ॥

బలిపుము ॥ శి వ ॥

అ ధ స్స ని - నిధపాధ - ధస్సస్సపాస్స - స స్స రి - స రి గమగరిస - సస్సగ రి రి స -

ఎంతో ౦ఒ - వెవేడు - కుఉన్న గా ని - పంతమా నల్పై ఇఇఇని - నీఇకుడుడుడు

స స్సరీ రి - రిమాగగరి గరి స - సరి రి సనినిపాస్స - సాసీ రీ రి స ని - సస్సరిం స్స -

చింతదీర్చి - బ్రోచే వరలఅల్గ - చెంత కెఎఎరితిని - నీ పాదములను - వనలనుపరి -

పాప్పపాప - ధపస మగ రి - గమపధ ప మ - సమగ రి ॥

ఫాల నేత్ర - పరమపురుష - పలపములను - బలిపుము ॥ త రి ॥

కాపిరాగము - ఏకతాళము.

ఆరోహణము	స	రి	గ	మ	ప	ప	మ	ప	ధ	ని	స	అవరోహణము.	స ని
	,,	చ	సా	శు	చ	,,	శు	,,	చ	కై	,,		

ప ధన్యమయ్యె - నాదుజన్మ - త్యాగ్రాజపాపలోకసమున -

అ అన్యచింతనంబుమాని - అర్చనంబుసేతుసనఘ - హాహాహాహా - హాహా -

దేవదేవ - దివ్యచరిత - పాహిమాం - పాహిమాం - పాహిమాం ॥ ధన్య ॥

ప. సాస్సరిమ ష్మ - పాప్పపాప్ప - పామపా మ - గా రి - స స స -

ధ న్యమఅయ్యె నాగు జ న్మ - త్యాగ్రాజపావ - లోక - సమున -

అ పాప నీ ప - స ని నిసాస్స - సస్సనీపమ - గా రి - సస స -

అ న్య చింత - సంబుమాని - అర్చనంబు - సే తు - నఘ -

గ సన్నీ సా - సాగా - సగమా - మాపా - ప నిసా - రి గ రి - స రిస -

హాఅఆహా హాఅ - హాఅఅ - హా అ - హాఅఅ - దెఎవ - దెఎవ -

సాన్నిపమప - పస్స ని సా మపమ పా - రి గ రి సా ॥

ది వ్య చరి త - పఅహిమాం - పఅహిమాం - పఅహిమాం॥ ధ న్య ॥

భ్యాగ్ రాగము - ఏకతాళము.

ఆరోహణము	స ,,	రి చ	గ సా	మ శు	ప ,,	ధ చ	ని కై	స ,	అవరోహణము.	స ని ధ

ప. సాధుజనోర్ధనరామా - సుగనామా - నతసోమా -
బలభీమా - అరెరామా - రామా ॥ సా ॥

అ. 1 సీతాన్వేషణ - సిందితమాన - శ్రితజనవందిత రామా -
సుగనామా - నతసోమా బలభీమా - అరెరామా - రామా ॥ సాధు ॥

2. జననమరణసా - భాంగమనామా - సకలలోకాధిరామా -
సుగనామా - నతసోమా - బలభీమా - అరెరామా - రామా ॥ సాధు ॥

శు
ప పాసప - సానినీధ - పాధ - పధనీ - ధప - మాపా - మపధా - పమ -
సాధుజ - నోఒర్ధన - రాఅ - మఅఆ - సుగ - నా ఆ - మఅఆ - నత -

గామా - గమపా - మగరిసపా - స స - రీ మా - రిమపా ॥

సో ఓ - మలఆ - బలాభిఇమా అరె - రామా - రలమా॥ సాధు ॥

అ పాపా - నీ ని ని - సస్స రి - ని ని స - ప ని - సాస - సనినీధ - పాధ - ప ధనీ -

శ్రీ త్రా - స్వోషణ - రింజిత - మారుని - శ్రిత - రె న - వంందిలె - అ - సులఆ -

ధు

ధ ప - మాపా - మపధా - పమ - గామా - గమపా - మగగిసపా -

సుగ - నా ఆ - మలఆ - న తి - సో ఓ - మలఆ - బలభిఇమా -

స స - రీ మా - రిమపా ॥

అరె - రామా - రలమ ॥ సా ॥

ఖ్యాగ్ రాగము - ఏకతాళము.

ఆరోహణము	స ,,	రి చ	గ సా	మ శు	ప ,,	గ చ	ని కై	స ,	అవరోహణము.	స ని ధ

ప. సాధుజనోద్ధరణ రామా - సుగనామా - నతసోమా -
బలభీమా - అరెరామా - రామా ॥ సా ॥

అ. 1 సీతాన్వేషణ - సిందితమాన - శ్రితజనవందిత రామా -
సుగనామా - నతసోమా బలభీమా - అరెరామా - రామా ॥ సాధు ॥

2. జెననమరణసౌ - భాంగమనామా - సకలలోకాభిరామా -
సుగనామా - నతసోమా - బలభీమా - అరెరామా - రామా ॥ సాధు ॥

శు
ప సాసప - సానినీధ - పాధ - పధనీ - ధప - మాంపా - మపధా - పమ -
సాధుజ - నోఒర్దన - రాఅ - మఅఅ - సుగ - నాఅ - మఅఅ - నత -

ని॒ని॒ - సామ - గమగమ - గమగరి - సని॒ సా ॥

పరి - జాలి - నొఒఒఒ - బనిల్ నిఱ - సాల్లైయా ॥ దయవిల్లైయతా ॥

అ సప్ప - పధపమగగ - మ స్థ - గమగరిసస్స ॥

తక్కన్ - తవమలి త్తిడు - ముక్కణ్ - శివకుమరనె ॥ దయవిల్లైయతా ॥

చ చ

ని॒సరిగ - రిగమమ - గమ - పధ , మ - గారిసా ॥

శరవణ - బవకుగ - గుహ - తిరుమలల్ - మురుగనే ॥ దయవిల్లైయతా ॥

చ

చ స సా రి - గామగగా - గమగరిం - గపపప గమ మమ - పశప - మగారి ససా

పెణ్ మాయ - మోగత్తిలే - ఎఎఎఎఎ పిత్తంకట్టు పిత్తంకెట్టు - పెరుత్త - పుర్ప్పాగత్తిలే

సాగగాగ - సామమామ - గాపపా ప - మూ - ధపమగారిస ॥

పేదగళ్లై - మేపారుంది - పాదగళ్ త - యే - పారుం ఇల ॥ దయవిల్లైయతా ॥

హరికాంభోజిరాగము - ఆదితాళము

ఆరోహణము.	స	రి	గ	మ	ప	ధ	ని	స	అవరోహణము.	స ని ధ
	,,	చ	అం	శు	,,	-వ	కై	,,		

ప దినమ్పణివాయరి - తిరుమాల్ మరుగనై - తిరుమాల్ మరుగనై - కదిర్ వేల్ మురుగనై ॥ ది

అ. 1. శత్రుసంగారన్ - సాధుశృంగారన్ - మెత్తవు మోంగారన్ - మిగుత్తశింగారన్ ॥ దినమ్

2. పల్లివాయ్యారనై - వనమ్మలైదీరనై - పుల్లిమయిల్ వీరనై - పుణ్యాగంభీరనై ॥ దినమ్ ॥

3 పొల్లాదఽన్ దనాట్టమ్ - నిల్లాదుయిన్ దవాట్టమ్-యెల్లామున్ - చందైకూట్టమ్ - యెమనైవన్

ప సా నిధ - ధాపమమ - గమపధ - పమగ - గమపధ - ఽ ప - పప ధ నీ -

దినమ్ఽణి - వాఅయరి - తిఇ ఇరు - మఅల్ - మఅరుఉ - గనై - తిరుమాల్ -

సస్సస్స - ని నీ సా - నిసరిస - నిధపా ॥

మరుగనై - కదిర్ వేల్ - ముఉరుఉ - గఅనై ॥ దినమ్పణి ॥

అ సానినీ - సా సా - నీ ని ప - నిసరిస - నిధపా - పసానిస - ధా పమమ -

శత్రుసం - గారన్ - సాధుశృం - గఅఅఅ - రఅన్ - మెప త్తవు - మోంగఅగన్ -

గమపధ - పమగ - గ - గమపధ - పప ॥

మిఇగుఉ - ఉఉత్త - శిం - గఅఅఅ - రన్ ॥ ఽనమ్పణి ॥

ఖరహరప్రియరాగము - రూపకతాళము.

ఆరోహణము	స	రి	గ	మ	ప	ధ	ని	స	అవరోహణము	స ని ధ ప …
	,,	న	సా	శు	,	చ	కై	,		

ప. 1 వెట్టావెళితన్నై - మెయ్యోన్‌రిరుప్పార్ కు -
పట్టాయమేదుక్కడి - కుదంబాయ్ - పట్టాయమేదుక్కడి ॥ వెట్టా ॥
2. మెయ్‌ప్పొరుళ్ కండు - విళంగు మెయ్‌జ్ఞానిక్కు
కర్ పంగలేదుక్కడి - కుదంబాయ్ - కర్ పంగలేదుక్కడి ॥ వెట్టా ॥
3 కాణామర్ కండు - కగుత్తోడిరుప్పార్క్కు -
వీణాశైయేదుక్కడి - కుదంబాయ్ - వీణాశైయేదుక్కడి ॥ వెట్టా ॥
4 వంజకమ్మట్రు - వళిదన్నైకండోర్క్కు -
చంచలమేదుక్కడి - కుదంబాయ్ - చంచలమేదుక్కడి ॥ వెట్టా ॥

ప మప్పమగా - మపా - పా ప - పా ధ నీ ధ - పానిధపమ -

వెట్ట అ ఆ - వె ళి - తన్నై - మయ్యోన్‌రు - పాక్ కుఉఉ -

రిమాామ - గా గ - రి రి - ధధ నిధపమ - రిమాామ - గా గ - రి రి ॥

పట్టా య - మేదు - క్కడి - కుదంబఅఅయ్ - పట్టాయ - మేదు - క్కడి ॥ వెట్టా ॥

నాలుగవ భాగము.

బ్యాగ రాగము - ఏకతాళము.

ఆరోహణము.	స	గ	మ	ప	ని	ధ	ని	స	అవరోహణము	స ని
	,,	అం	శు	,,	కా	చ	కా	,,		

ప. గజాననం - గౌరీనందనం - సుందర్ సలో - సావరియా - రీమొరాప్యారా ॥ గజా ॥

అ సూరతుప్యారీ - తమసభన్యారీ - జబకికదారీ - మాయాందారి - గుణదారీ -

గంబీర - మహారాజా - పూజాకారం - జీవన్ మియో - తునెసందర్ సే - మిలాయో

సా సా సా సా

ప గగ్గారిస - సాగా - గమరిగ - సా గాం రి గా - మాపామపా - సా - మపా మ - గా రి సా

గజాననం - గౌ రీ - నందనం - సుందర్ సలో - సా వ రి యా - రీ - మొరాఅ - ప్యాఅరా

కైకై సా సా సా సా

అ పా సస నీ సా - పప ని నిమాపా - మమపపగామా - గా మా రీగా - రి గరిమా - పస్సాసా

సూరతుప్యారీ - తమస భన్యా రీ - జ బ కికదా రీ - మాయాందారీ - గుణదారీ - గం బీ

కై శు సా

సా రీ నీ సా - నీన్ని ని సా - నీ ధ - మ ప ధ ప - మాగ రి సా ॥

పూజాకారం - జీవన్ మియో - తునె - సంవర్ సెవ - మి లాఅయొ ॥ గజా ॥

శంకరాభరణరాగము - ఏకతాళము.

ఆరోహణము.	స	రి	గ	మ	ప	ధ	ని	స	అవరోహణము.	స ని ధ ప
	,,	చ	అం	శు	,,	చ	కా	,,		

ప. అయిసెనాజూవ - దాసేతువాకె - దిలయ్యారై -

అమారాచురాకె ॥ అయిసె ॥

అ. హతకణగణ - గలబీచమాల - కాలాబ్రూహై -

చందాపుతార - కెవ్‌సదాతె - వోహంబు -

లాకె - దిలయ్యారై - అమారాచురాకె ॥ అయిసె ॥

ప సని సా గా గ - గాగామ - పా ధప - మపగ - సప - సా గా - స స్సా రీ - ని సాస్స -

అయిసెనాజూవ - దాసేతు - వాఅఅ - అఅకె - దిల - య్యారై - అమారా - చురాకె -

క్రై

గమ పాపా - పప్పాప్పమాప - ధా నిధ - పధాప - గమధాధా - ప పా పాము -

దిలయ్యారై - అమాఅ రాచు - రాఅ అ - అఆ కె - దిలయ్యారై - అసూరాచు -

పాధప - మపాగ - సస - సా గా - స స్సా రీ - నిృ సాస్స ॥

రాఅఅ - ఆ ఆ కె - దిల - య్యారై - అమూరా - చురాకె ॥ అ ॥

క్రై

అ గమపాపా - పప్పాప్పమాప - ధా నిధ - పధాప - గ మపా పా - పప్పాప్పమాప -

హాతెరకEKE - గ ల బి ఈచ - మాఅఅ - అ ఆల - కాలబ్రూహై - చం దా ఆ వు -

క్రై

ధా నిధ - పధాప - గమ ధధాధ - ప పా మ - పాధప - మాపాగ - సస - సా గా -

తాఅఅ - అ ఆర - కెవ్‌సదాతె - వాహాంబు - లాఅఅ - అ ఆ కె - దిల - య్యారై -

స స్సా రీ - నిృ సాస్స ॥

అమూరా - చురాకె ॥ అ ॥

కల్యాణిరాగము - ఏకతాళము

ఆరోహణము	స	రి	గ	మ	ప	ధ	ని	స	ఆవరోహణము	స ని
	.,	చ	అం	ప్ర	,,	చ	శ్రీ	,,		

ప ఆలీచాయీ - జ జాగాతా - కుపఆలీ ॥ ఆలీ ॥
ఫుమడగుమాడ - ఆయిగరా - పీతభరణ - లేయేలాలీ ॥ ఆలీ ॥

అ 1 వ్రూతసభకీచబిమాహి - సభక్రైహా - నైనలాంగే -
బాత్కిణకేసభఝూడే - షుభఆశీష - దేనలాగీ -
నిజనిజబోలీమే - మనహార్హైహా - శోరంగసుమన
విష్ణుహరత - హరిమాలీ ॥ ఆలీ ॥

2 జలతరజలచర - అభిహాంగసభా - గగనచరవీషు -
చరచాగచర - యుదబిజజనా - యూజ్యసభా -
స్వేతజఅందజసభా - మహామహానమన ॥ ఆలీ ॥

ప నీధసా - నీ పా - ని ధప - నీధా - పమపా - గాధా - పమపా - గాపా - గారిసా ॥
ఆఅ రీ - చాఆ - యిఇఇ - ఈఈ - ఇఇ ఈ - జా జా - గఅతా - హాంపా - ఆ ఆ రీ ॥ ఆలీ

సస సస - గాగ పా - నీ నీ - సా - సాగరిసప - నీధా - నీధ పా ॥
వృమకగు - మా దశ - యుగ - గా - పీతభరణ - లీయే - లాలలీ ॥ ఆ ॥

అ. 1 పా ప - ససనా - స ససా సా - ససనా సా - నీధా - పా సానీ -
వృాత - సభకీ - చబిమాం హి - సభకేహై - నై ఈ - నాలా గే -

గాగగ్గపా - గరిస నిసా - స స - సానిరిస - నీధాప - సానీ -
బాత్మిణకే - సభజాంబడే - షభ - ఆఆశీశ - దేవు - లాగీ -

పపగగ - పాగాసానీ - పపని ని సా - సగప ని సస సాగ రి సస - నీ ధనీ ధపా ॥
నిజనిజ - బోలీ మేప - మనహారహై - శరంగసుమన - హీఘ్నహారత - హారియాంలలీ ॥ ఆ

2 పపనిని - ససగరి - స స నీధ - పపా - నిధప - నిధపాప - గప గా రిసప -
జలతక - జలచగ - అభిహాంగ - సభా - గగన - చర నీక్షు . చరచాగచర -

పనిని - స సా - గా రి స సా - గాపప - గాసస - నీ నీ - ప గా ప - గరి సప ॥
యుదబిజ - జరాం - యూంజ్యసభా - స్వేతజ - అందజ - సభా - మహామ - హాసమన ॥ ఆ

శంకరాభరణరాగము- ఏకతాళము.

ఆరోహణము	స	రి	గ	మ	ప	ద	ని	స	అవరోహణము	స ని ద :
	,,	చ	అం	శు	,,	చ	కా	,,		

ప. మాబూహ్మా - జిల్లామె - జరియా - సయ్యబ్దినా - జిలుకా -

కాతిల్ - సయ్యబ్దినా - జిలుకా కాతిల్ - సయ్యబ్దినా - జిలుకా -

కాతిల్ ॥ మా ॥

అ. అల్లాపరక్షి - నాగుల్ కెహాయ్యా - సయ్యబ్దినా - జిలుకా -

కాతిల్ ॥ మా ॥

ప సా సా స - నీ రి స - నిని ధా - పాధాః - మామాప - గగ్గా రి -

మాబూహ్మా- జిల్లామె - జరియా - సయ్యబ్ది - నా ఆ అ - జిలుకా -

సా సా - మ మ్మమ్మ - మామామ్మ - పప పా - ధా నీ - పాధాప -
కాతిల్ - సయ్యబ్ది - నా ఆ అ - జిలుకా - కాతిల్ - సయ్యబ్ది -

26 మామాప - గ గ్గారి - సా సా ॥
నా ఆ అ - జిలుకా - కాతిల్ ॥ మా ॥

అ పానీని - నీ నీ - సా సా స - సా సా - ధాసా రి - గాగాగ - గమగరీ -
అల్తాప - రక్షీ - నాగుల్ కె - హయ్యా - సయ్యబ్ది - నా ఆఅ - జిలుకఆ -

సా సా - సాగాగ - గాగా - మపమా - మామా - సా రి రి - రీ రీ -
కాతిల్ - సయ్యబ్ది - నా ఆ - జిలు క - కా తిల్ - సయ్యబ్ది - నాఆ -

గమగరీ - సా సా ॥
జిలుకఅ - కాతిల్ ॥ మా ॥

కల్యాణిరాగము - ఏకతాళము

ఆరోహణము	స ,,	రి చ	గ అం	మ ప్ర	ప ,,	ధ చ	ని కా	స ;	అవరోహణము.	స ని ధ

ప. సయ్యాసజేరియా - మీలాయేజాయే - రేమోరె - సయ్యాసజేరియా - నజేరియామెల
నజేరియామె - లావుం - కిటారియామె - లాయేజాయే - రేమోరె ॥ స ॥

రాగ చంద్రబకీ - ప్రీతివుంసమా - చలోసయ్యాసజేరియా - మీలాయేజాయే - రేమోరె

శు శు
ప గా రి సారి గాగా - గా గా పా - మాపా - గామామ్మ - గారి సా రి - గా గా - సస్స
సయ్యాఆస - జేరియా - మీలాయే - జా యే - రేమోరె - సయ్యాఆస - జేరి యా - సజే రి

శు శు శు శు శు
గగ్గగ్గ - గ మపధ ప - మగామ - పపాసా నీ స - ధా సీ - సాధా గామామ్మ ॥ గా ॥
సజే రి - యఅఅఅ మె - లఆవుం - కిటారియామె - లాయే - జాయే - రేమోరె ॥ స ॥

రాగ. సస్సనిధా - పాప్పపధనీ - పప్పా - ధరీసనిసా - స సా - సాస్సని నీ నీ -
చంద్రబకీ - ప్రీ తి వుం౦ - సమా - అఆఅఆ - చలో - సయ్యాఅఆస -

శు శు
గా గాపా - మాపా - గామామ్మ - గారి సారి - గా గా ॥
మీలాయే - జా యే - రేమోరె - సయ్యాఆస - జేరియా ॥

ఖరహరప్రియరాగము - ఏకతాళము.

ఆరోహణము.	స ,,	రి చ	గ సా	మ శు	ప ,,	ధ చ	ని కై	స ,,	అవరోహణము.	స ని ధ ప

ప కటిగుణామె - యేవృమ్మరుసారీ - యిలాహి - తౌబా - యిహితౌబా ‖ కటి ‖

అ గుణాకిగటరీ - దరిఅయ్‌సర్‌పర్ - కదంవుటాపహుం - జమింసె - కెహుంకర్

కడీహైమంజిల్ - యెబోజుబారీ - యిలాహితౌబా - యిలాహితౌబా ‖ కటి ‖

ముసాఫర్ ఆనా - సవాయిపాని - అమ్మెసెసోయె - కేపిర్ న

జాగే - సిరానఆకక్ - అజల్‌ఫుకారీ - యిలాహితౌబా - యిలాహితౌబా ‖ క

శు

ప రిమమపాపాం - పాపాపమ - పాసానీ - పప్పామ -మపనిపమగా - మాఃధాఃః - మగా రిస

కటిగుణామే - యేవృమ్మరు - సా ఆ రీ - యిలాహి -తౌడుడుడుబా - యిలఆ హి - తౌడుడుబ

కాకాకా కా కా

అ. పసాప -ని ని నీ - స రీ ని - సా సాం - సస ససాం - ని స రీ - సా నీధ - నిసని ధ సా

గుణాక్ -గ ట రీ - దరీఅమ్ - సప్‌ఫక్ - కదంవుటా - హుడుడుం - జమింసె - కెహుంకర్

శు

రిమమ పా పా - పాపామ - పాసానీ - పప్పామ - మఃనిప మగా - మాపధాప - మగా రి

కడిహైమంజిల్ - యెబోజు - బాఆ రీ - యిలాహి - తౌడుడుడుబా - యిల ఆహి - తౌడుడు

హనుమతోడిరాగము - చాపుతాళము.

ఆరోహణము	స	రి	గ	మ	ప	ధ	ని	స	అవరోహణము.	స ని
	,,	శు	సా	శు	,,	శు	కై	,,		

ప. పాదుమారి - జావో - జావోదిలదార్ - ఆవోమోరె -
చైలదారుతోరే - గరబయ్యా - బల్జయ్యా - వోసయ్యా
జావో - జావోదిలదార్ ॥ పాదు ॥

అ జిసతర్ - హసెజాతేహు - మేరిజానా - ఫిరానా - ఫిరానా - ఫిరానా -
జూంపుస్తదికాతేహా - యూహిరుక్బి - దికానా - దికానా - దికానా -
యారక్సమెరి - యాదకహ - బూల - నజల - నలల అలలల -
సోసేగమె - ఫురుకత్సెముజె - యాన - జలానా - జలానా - జలానా ॥ పా

ప సా మగమా - గరి గా - రిస రీ - సన్ని సా - సాధ పా ధ - మాపగామ -
పాదుమలర - జలవో - జలవో - గిలెదాక్ - ఆవోమోరి - చైలదారు -

పా నీ - ధధ పాదా - పా మాపా - గా రి - రిగ మ పధప - గరి గా - రిస రీ - స ని సా ॥

తోరే - గరబయ్యా - బల్ జయ్యా - వోస - య్యాఅఅఅఅ - జఅవో - జఅవో - దిలెదాం ॥

అ సని ని - సగగామామా - ప పపాపా ధపమగా - పమగరీ - మగరిసా -

జిసతప - హా సెజా తేహాా - మెరిజానాం - పిరఅనాం - ఫిరఅనా - పిరఅనా

సా ని - సాదగగామాయా - పా ప్ప పా ప్ప - నిధపమగా - ధపమగరీ - పమగరిసా -

జాం - ఫు_పరికా తే హా - యూహిరబ్ బి - రిరఅఆనా - రిరఅఅనా - రిరఅఅనా -

సా స్స - సస్సరిస - ని సని - ధ ని ధ - పదప - మపమ - గమగ - రిగ రిస -

యాగక్ - నమెరిఇ - యఅద - కహాఅ - బుడల - న జఅ - వఅఅ - అఅఅ -

సానీ ని ని - సగగా గ్గ మమ - పా ప్ప నిధపమగా ధపమగరీ - పమగరిసా ॥

సొసేగమె - ఫురుకత్ సెముజె - యాన - జలఅఆనా - జలఅఆనా - జలఅఅనా ॥ పాదు ॥

బ్యాగ్ రాగము - చాపుతాళము

ఆరోహణము	స	గ	మ	ప	ని	ధ	ని	స	అవరోహణము	స ని ధ
	,,	అం	శు	,,	కా	చ	కా	,		

ప. జేరకహాదో - సావరియాసె - ఆయాకరే -
ఆయాకరే - దిల్లుబాయరే ॥ జర ॥

రాగ్. చమన్‌మే - జబ్‌కే - వోషోక్ జేనకాబాయా -
యేక్ హువాకే - షబ్‌నమ్‌రుఅఫ్‌తాబాయా -
దినన‌హీంచైనా - రాత్‌నహీనీంయా - స్వప్నంమే -
దర్శ్ దికాయేకరే ॥ జర ॥

ప సరిగగగా - మాగరి - సా రి - గగాగ - మా - గారి - సరిగా - మాగరి -
జేరకహాదో - సా వరి - యాసె - ఆయాక - రే - జార - కహాదో - సా వరి -

సా ఽ - రిపామమా - గారి - సరి గా - మాగరి - సా రి - గాపాపప్పా -
యాసె - ఆయాక రే - జార - కహాదో - సా వరి - యాసె - ఆయాకరే -

మాగ - గా గా - రిగమా - గారి - సరి గా - మాగరి - సా రి - గగా గ . మా -

గి ల్లు - బాయా - కఅ రే - జార - కహందో - సా వరి - యాంసె - ఆయాంక - రె -

రాగ్. నిసరిగమ - గగా గా - గాగా - గా గా - గాంగ గాగాగా -

ఎఎఎఎఎ - చమన్ మే - జవ్ కే - వోషోక్ - జన - కాబాయా -

గ మ పా - పపా పా - పప పాపా - పా పాపా - మపధనిసా - నిధపమా -

యెఎఎక్ - హుహుకే - షబ్ నమ్ కు - ఆఫ్ తాబా - యఅఅఅఆ - అఅ అఆ -

మాగగమ - పాపా - పా ధ ధ - పధనిధ - పప్పా - గ గ్గా గ్గ - గాగా -

దినసహిం చైనా - రాత్ నహిం - నిం ౦౦ - దియా - స్వప్నంమే - దర్శే -

గగ్గా - గ రి - గమా ॥

దికా - యఅ - క రే ॥ జర ॥

మోహానరాగము - ఏకతాళము.

ఆరోహణము.	స ,,	రి చ	గ అం	ప ,,	ధ చ	స ,,	అవరోహణము	స ధ :

ప కెవుంకర్‌న - కహాఉమ్మైె - బా రెకుదాతూ - అవ్‌రనహీంమై - అవ్‌రనహీ -
దరియా - సహాఉబా - హాబుక రేయిసాదా - తూఅవురనహీంమై - అవురనహీ ॥

అ తుజెదుమే రామై - ఛదుతేరాయిఁక్ - సానమేతూ - నామరకాౄ - మామహాఉ
సర్‌యాన - తూఅవుర్ - నహీంమై - అవ్‌క్‌నహీ ॥ కెవుం ॥

ప ధ స - రిగం - గగాగగా - గా రిగధా పా - గ గ్గ - రి రీ - సరి గా - రి స - సాధా -
కెవుం - కర్ - నకహాఉమై - బా రెకుదాతూ - అవ్‌ర నహీ మైెఇఈ - అవ్‌ర - న హీ -
ధస - రి గా - గ గా గా - గ గ - గగా రి - గధాపా - గా రీ రి - రి రీ - సరిగా - రీ స
ధరి - యఆ - సహాఉబా - హాబు - కరేయి - సఆదా - తూఅవ్‌ర - నహీ - మైెఇఈ - అవ్‌

అ గ గ్గాగ్గ - గా - పా ధప - దాపస్స సా సా - నీ ధ - నీ స రీ - సం నిధ - నీ ధ పా
తుజెదు - మే - రామైెఇ - ఛదుతె - రాయిఁక్ - సాన - మేఏతూ - నామఅ - రాఅకాౄ -
ధా సరి - గా గా - గగ్గారి - గా ధపా - గా రీ రి - రి రీ - స రిగా - రీ స - సా
మాఅమ - హాఉవావ్ - సఅన్ - యాఅనా - తూఅవ్‌ర - నహీ - మైెఇఈ - అవ్‌ర - న

మోహన రాగము - ఏకతాళము

ఆరోహణము	స	రి	గ	మ	ప	ధ	అవరోహణము	[illegible]
	,,	[illegible]	[illegible]	,,	[illegible]	[illegible]		

ప. కెవ్వు [illegible] - కమాల్లై - బారెకు [illegible] - అవ్ [illegible] - అవ్ [illegible] -
[illegible] - సహారా - పాటు తేయి [illegible] - [illegible] - అవ్ [illegible] కెవ్వుం ॥

అ. తుఏమమే [illegible] తెదు తే [illegible] పాగమెలా - రామ [illegible] [illegible] -
[illegible] - తూ అవ్వు [illegible] - కహిమ - [illegible] ॥ కెవ్వుం ।

[illegible] స [illegible] - గా గా - గా రిగ ధా [illegible] - [illegible] - రి గ - రి గా రి స - సా [illegible]
కవ్వు - [illegible] నకమల్లై - బారెకుగాకు అవ్ [illegible] - [illegible] - మైఖాకు - అవ్ రి [illegible] -
[illegible] రి గా - గ గ గా [illegible] గ - గ [illegible] - [illegible] - గా [illegible] - [illegible] రిగా - రి [illegible] - పాదా ।
గరి - యమ సహారా పాటు - కేయి - పఱవా [illegible] నహీ మైఖాకు - అవ్ [illegible] - [illegible] హి ॥ కె ॥

అ. [illegible] గా - [illegible] - పాసప్ప - సా సా - రీద - నీ పరి సా నిధ - రీ స [illegible] -

తు మెరు - మే - [illegible] - వెదుకె - [illegible] - సాన - మేవకూ - నాచుతి - [illegible]
ధా పరి [illegible] గగారి [illegible] - గా రి రి - [illegible] - [illegible] రిగా - రీ స - పాదా ॥
మాతమ - మాబ్బావ్ పఱిర్ - యాతినా - తూఅవ్ [illegible] - నహీ - మైఖాకు - అవ [illegible] - వ హి ॥ కెవ్వుం ॥

[illegible] - చాపుతాళము

ఆరోహణము	స	రి	గ	మ	ప	ధ	ని	స	అవరోహణము	[illegible]
	,,	[illegible]	[illegible]	[illegible]	,,	[illegible]	[illegible]	,,		

ప. [illegible] - [illegible] - దిగు [illegible] - హొగయూ - [illegible] - [illegible] - మైకార -
27 హొగయూ - [illegible] - [illegible] గగ్గాహి - జయ్యా - బాగుబర్ -
వున్నమ్యా రకేర - [illegible] - [illegible] - గుల్ [illegible] - [illegible] - [illegible] - [illegible] ॥ స ॥

పస రి - గరుపా మాగా [illegible] - [illegible] రి - స రి గా రి స [illegible] - సనిధా -
[illegible] - సగమే [illegible] - [illegible] - [illegible] - [illegible] - [illegible] -
ధా పారి [illegible] [illegible] - [illegible] - పా [illegible] - నిన్నిధ -
[illegible] - [illegible] [illegible] [illegible] - [illegible] - [illegible] -
[illegible] ధ రి - ధ [illegible] - [illegible] - పాసప్ప - సారి నిన్ని [illegible] - [illegible] -
[illegible] - [illegible] బాగుబర్ [illegible] - [illegible] - [illegible] - [illegible] - [illegible] - [illegible] -
[illegible] - [illegible] - [illegible] నిన్నిద - [illegible] - [illegible] - ధా [illegible] ॥
[illegible] - [illegible] - [illegible] - [illegible] - [illegible] - [illegible] ॥ [illegible] ।

కాంభోజరాగము - ఏకతాళము

ఆరోహణము.	స	రి	గ	మ	ప	ధ	స	అవరోహణము	స ని ధ ప

యాంజలన్ - బచానా-జబ్ జాన్నా సనికలే - నికలేవానాముహమ్మద్ - సొపకే - జుబాకాసె-
అ 1 హా వేగమొ ప్యారా - బాజేకదమ్ కె - మురలీ - వాజమే - సావరియా జోబన్ బనా కె
2. లాయోంత - క్యాపికకాపక్ దునియాకా సె- లేచెలాక్యా- తేదోస - హాతకాలి - బాయకన్ క

గమపా - మాంగరిసా - రిగాంమా - గమపామ - ధాన్ని - ధపమగరీ -

యఅఆ - ౦ జలన్ - బచాల ఆ - జబుజాన్న - సన్ సె - నిక లెవప -
మపమా - గరిసా - రిగామమా - గమపామ - ప ధాన్ని - ధపమగరి ||

నిక లే - వానాఆ - మహమ్మద్ సొప కేఇ - జుబాకాసె - నికలెవప || యా ||

అ ధ నిసాధ - స సాసా సా - సారీస - గాం మ - గరిసా - గమపా మాంగరిపా -
హా వెవగ - మొం-ప్యారా - బాజేక - దమ్ కె - మురలీ - వాజమే మె ఎర ఆ -
రి - గపామాం - గమపామ - పధాన్ని - ధపమగరీ || గ ||

సా - న రియాం - జొంబబన్ - బనా కె - నికలె ఎప || య ||

కీరవాణిరాగము - ఏకతాళము

ఆరోహణము	స	రి	గ	మ	ప	ధ	ని	స	అవరోహణము.	స ని ధ ప
	,,	చ	సా	శు	,,	౧	కా	,,		

౧ ఆహొఆవొ - చైలామదవా - పెలావొ - చై నేహాయేడయా -
మోహా - మన్ మేపియ్యా - తొహెబతావుం ॥ ఆ ॥

౨ బలెబలెజాహాంసె - జానాబులావుం - హైకెపీనా -
నేహారీనా - సారదీహైజమీనేమేటనా ॥ అ ॥

౩ గ ఎఎఎఎబనాబబీసాఫ్హై - ఆవేపఫియాలాసాఫ్
పయనిరమః - సాకబనూం - అప్నీనేవాలెసాఫ్ -
అటావో - అబావో - అగావో - జహా ॥ అ ॥

ప సానిసా రి - గాగా - రి రిగరి సస్సరిగా ర - గ ర - స స్నీన్ని సా -
ఆవ ఆవొ - చైలా - మదవాఅ - ఆఅ ఆనో - చైనె - హాయేడయా -
గా రి - సా స్నీ న్నిసా - గ ర - సస్సరిగా రీ ॥
మోహా - మన్ మేపియా - తొహెవ - బల తా వుం ॥ ఆవొ ॥

అం కై
అ నిసగమ - పా పా - మమ్మా - గా రి స - నిసగమ - పా ధ - ప ధ నీ ధ -

బలెబలె - జావుంసె - జానా బు - లాఅవు - బలెబలె - జాఅ - వుం ం ం సె -
మమ్మా - గా రి స - గరిస నీసా - గ గ్గా రి - నిసరిగ రీ - సాని - సా గా -

జానాబు - లాఅవుం - వైఇకెపీనా - హైానేహా - రిఇఇఇనా - సార - ఇక్ హై -
రి ర్రి గ రీ స - నిసరి గరీ ॥

జమీానెపమె - ఈఇఇఇనా ॥ అ ॥

రాగ్ నిసరిగ - గాగ్గ - గాగ్గగా - రీ ఱ్రి - గ రిస - సానీని - ని నీ నీ సా -

ఎఎఎ - ఆ బ - నా బ బీ - సాఫ్ - హైాఇఇ - ఆచేల - పియాలాసాప్-
అం కై అం అం అం అం అం
ని స గ మ ప ప - పాప - పప్పాఫ - ప ధ నీ - మా గ - గా గా - గా గా -

మయని గ మ ల - సా క - బనూడు - ఉడుడూం - అ వుర్ - పీ నే - వా లే -
అం కై
స గ మా - ధ ద్దా ని - పప్పా ధ - పమ్మా - గ రీ ॥
స అ ఆఫ్ - ఆ జావో - అజావో - అజావో - జివో ॥ ఆవో ॥

ఖరహరప్రియరాగము - ఏకతాళము

ఆరోహణము	స	రి	గ	మ	ప	ద	ని	స	అవరోహణము.	స ని ద
	,,	చ	సా	ఘ	,	ద	కై	,,		

ప రామభజన - ఖరియో కమలముఖ ॥ రామ ॥

అ 1 రామనలక్ష్మణ - భగతశత్రుఘ్న - మనమే -
కహాఉనబడా - కమలముఖ ॥ రామ ॥

2 నహీంబరోసా - యిసెదిన - దినకా రామనామ -
ధ్యానజభుచాయె - దభుకగలే ॥ రామ ॥

3 కహీతెఖటిరే - సునొమొరిదునియా -
జైసఆయా - వైసాగెయా ॥ రామ ॥

ప రీమపసాని - పప్పా - మాపా - మపమగ - రిగ - స స్స -
రామభజన - ఖరి - యోఁట - కఅమఅ - లఅ - ముఖ -

రీమపసా ని సప్పా - మూసా - మప - మపనిస - మగ - రి గ స ॥
రామభజన - ఖ రి - యోం ఓ కెల - మల అల - లఅ ముఖ ॥ రామ ॥

కా కా   కాకా కా
అ. 1. పాపసా - నీ న్ని సా - ని ని ని స - సీ ధా పా - ప ప రీ - సాంస్సని - సీ ధ - ధాప -
రాం మ వ - ల క్ష్మ ణ - భ ర త శ - త్రుఘ్న - నవమే - కపుల - జాల - ఆశ -

మపమగ - రి గ - స స్స ॥
కలమల - లఅ - ముఖ ॥ రామ ॥

కాకా   కా   కా కా
2 పసా - ని నీ - ప ని సాం సా ని నీ - సస్స - నీదాపా -
నహో - బరో - ఒ ఒ ఓ సా - యిస - నెవ - తీన కా -

పాపా రి - సా రి - నీ స - సని స్స - నిస సా - మపమగ - రిగసా ॥
రామము - నా మ - ధ్యాన - జభువల - అలయో - శభుక ర - తెఎప ॥ రామ ॥

కాంభోజి ౧ యు ఏకతాళము.

ఆరోహణము	స	రి	గ	మ	ప	ద	ని	స	అవరోహణము	స ని ధ
	,,		౧౦	౮	,,			,,		

హూ గహూ - గుల్జారె - దేఖ్నా

బుల్ బుల్ కెహూర్ - నగీబహూర్ - గుల్ జారె - దేఖ్నా - హూ గహూ - గుల్జారె - దేఖ్నా

దిల్ కేమహూరమే యస్సేహమాహైం

అ ల్ చాహ్ పహోన్ - ఆ న్యాజిమోర్ - జాహ్తూరె - దిల్ కేమహూరమే యస్సేహమాహైం

దుష్ వాన్ - దేఖ్నా - హూ జీహూ - గుల్జారె - దేఖ్నా ॥ బుల్ ॥

సా గా మ గా ధ ని సా సా ని - ధా నీధ - పా మాగ - మాపామగా -

బుల్ బుల్ కెహూర్ - నగీబహూ - హూ జీహూ - గుల్ జారె - దేఖ్నా -

ని ధానీ ధ - పా మాగ - మాపామగా ॥ { అ గ పాపా ప - ధాధ గ -

హూజీఈహూ - గుల్ జారె - దేఖ్నా ॥ బుల్ ॥ { అ ల్ చాహ్ పహో - హూఇన్నే -

ధసా రిసా ని - సా సీ ధ - సా నీధ - పామగా - పాగ గ్గాను -

ఆన్యాజిమోర్ - జాహ్తూర - దిల్ - హూ అ రమే - యస్సేహమా

సా ధా ని- సస్సా ని ధ ప ప్పామమాగ - మాంపామగా - ని ధానీ ధ - పా మాగ- మ

మాహైం- త ౦౦ ప కు- దుష్ వాలిర్ - దేఖ్నా హూజీఈహూ- గుల్ జారె- దే

శంకరాభరణరాగము - ఏకతాళము

ఆరోహణము	స	రి	గ	మ	ప	ధ	ని	స	అవరోహణము	స ని ధ
	,,	చ	అం	శు	,,	చ	కా	,,		

౫. పియ్యాపీసరతియా - హామారికషేనం ॥ పియ్యా ॥

అ మిలూంసెహైపసమెరి - దోపెలూంసె - వక్త్రైపహై - సోబాహు - క్యాకపరీ -

జానమెరి - యాలా హై - కహాదోమె - పియ్యాసె - హామారికషేనా ॥ పియ

౧ గరిగమ - గరిగరిసస్సా - గగాగగం - మాంమా - గరీ గమ - గరిగరిసస్సా - గప

పియ్యాపీన రఅఅఅతియా - హామారిక - షే నా - పియ్యాపీన - రఅఅఅతియా - హామ

పాపా - మమామమా - గారి - సరిగా - గాగ్గమపధపాను - మగరిగ ॥

షేనా - హా మా రి క - షెఎ - అఅ - హామఅఅఅరి క - షెఎఎస ॥ పియ్యా ॥

ప్ర

అ పసా రి - గా గ్గ - గ్గా - మాప్మ-మా గ - సారిగమాగ - గగ్గామ - పాప్పపప్పా- ప

మిలూంసె - హైపు - మెరి - దో పె-లూంసె - వక్త్రైపహై - సోబాహు- క్యాకపరీ - జా

సా రిగ మాగ - మమగామ-పాప్పాప్ప-మమామమా - గారి - సరిగా- గాగ్గమ పధపామ-మ

యాలఅఅ హై- కహాదోమె-పియ్యాసె-హా మా రి క - షేఎ - సఅఅ- హామఅఅ అరి క - షె

కల్యాణిరాగము - ఆదితాళము.

ఆరోహణము.	స	రి	గ	మ	ప	ధ	ని	స	అవరోహణము	స ని ధ
	,	చ	సా	శు	,,	శు	కా	,,		

ప. జాతీజిధర్ కో - జాతీజిధర్ కో - నజేరియాహామారీ - ఉదర్ దేఖ్ తాహాహాన్హై - సూరత్తుమ

చ అ. 1 ఖిలాహైయే దునియాంకా - సుందర్ బగీచా - సబీడాలు - హాతోంమె తేరీ - హా రారీ ॥ జాతీ ॥

2 కరేకాంకేనా చే - ఫుతవీహజారో - కళ ఏక్ తేరీసె ఫిర్తీహైసారి ॥ జాతీ ॥

ప సానీన్నిసాసా - నీనీసామా - పానీనిసా సా నిన్నిన్నిసా - స గారిగ రీ -
జాతీజిధర్ కో - ఓ ఓ ఓ - జాతీజ ధర్ కో - నజేరి యాం - హామారీఇఈ -

రిపా పామ - గా రి - రి గారి రి పాని పా స్సరిగారి - నీ స్సరిసనీ౽మా ॥

ఉదర్ దేఖ్ - తాఅ - హాఉడాఉహై ఇఈ సూరఅఅతు - మాఅరిఇఇఇ ఈ ॥ జాతీ ॥

అ సప్ప గా మ - ప ప పా పా - పమ్మ పామ - గ రీ సా - గగాగాగ్గ -
ఖిలాహైరాయె - దునియాంకా - సుందఅర్ బ - గిఈచా - సబీడాలు -
రీ స రి స నీ - నీసరి గారి - నీ సనిపామా ॥
హాతోంఒఒమె - తేరిఇఈఇ - హారఅరీ ఈ ॥ జాతీ ॥

శంకరాభరణరాగము - ఏకతాళము.

ఆరోహణము	స ,,	రి చ	గ అం	మ శు	ప ,,	ధ చ	ని కా	స ,	అవరోహణము.	స ని ధ

ప జోబనపితావ్ - జాంబదిల్లావ్ - జెగిఆయొురే - బదిల్లావుం - జెగిఆయొురే ॥ జోబ ॥

అ 1 జోమేఅయిసా - జానతీ - పీత్తకరేనదుఖ్ - బద్దిల్లావుం - జెగిఆయొురే ॥ జోబ ॥

2. నద్దిక్కినారొ - రొఖడా - పాసీగయో - బద్దిల్లావుం - జెగిఆయొురే ॥ జోబ ॥

ప సాగగ - మాపా - మాగ - పా మ - గగ్గారి - సరిగారిసా - మమ్మ - మమ్మాప -

జోబన - పీతావ్ - జాంబ - దిల్లావ్ - జెఏగి - అఅఆయొురీ - బ ద్ది - ల్ల ఆవుం -

గగ్గారి - సరిగా రిసా - మమ్మ - మమ్మాప - గగ్గారి - సరిగా రిసా ॥

జెఏగి - అఅఆయొురీ - బ ద్ది - ల్ల ఆవుం - జెఏగి - అఅఆయొురీ ॥ జోబ ॥

అ. సాసానిధాధా - పాప్ప - పధ నీ - పాపప్ప - ధారిసస్స - సస్స సస్సారి -

జోమేఅయిసా - జా న - తిఇఈ - పీ త్తక - రేనదుఖ్ - బ ద్ది - ల్లఆవుం -

నినీధ - పధ నీ ధపా - ధర్రి - స స్సారి - నినీధ - పధనీ ధపా ॥

జెఏగి - అఅఆయొురీ - బ ద్ది - ల్లఆవుం - జెఏగి - అఅఆయొురీ ॥ జోబ ॥

ఖరహరప్రియరాగము - ఏకతాళము

ఆరోహణము	స	రి	గ	మ	ప	ధ	ని	స	అవరోహణము	స ని
	,,	చ	సా	శు	,,	చ	కై	,,		

ప ప్యారితుపే - వారుజీ - తూరిహామర్ ప్యారా -
తుఅంలా - తుబాంలా - తు వాంలా - నీకాల్లరీ - తూరిహామర - ప్యారా ॥ ప్యా ॥
అ చేడొానహీం - ఆగంగీ - దిల్ నాకాలి - హైామేరా - హుంకారు - జుదా - గుల్నా -
హైామెరా - యేనాంలా - తుఆంలా -తువాంలా - నీరాల్లరీ - తూరిహామర - ప్యా
ప గా గ్గ - గగ్గారి - గామపా - గాప్ప మగరి - గా రి సా -
ప్యారి - తుపేు - వారుజీ - తూరిహామరి - ప్యాఅగా -
శు
ప సా సా - ప నీ నీ - మ పా పా - గ రి - గామపధప - గాప్పమ గరి - గా రి సా ॥
తుఅంలా - తుబాంలా- తువాంలా - నిఇ - రాల్లరి ఇఇ - తూరిహామర - ప్యాఆరా ॥ ప్యా
అ పాప్ప నినీ - సాస్ససా - నిన్నిసాస్స - సా నిధ పా - ప ప్పా ప్ప - పపా - గామ - గమపా
చేడొానహీం - ఆ గంగీ - దిల్ నెకాలి - హైామవరా - హుంకారు - జుదా - గుల్ - సఅ అ
శు
గా రి సా - ప సా సా - ప నీ నీ - మ పా పా - గరి - గామపధప - గాప్ప మగరి - గా
హైామెరా - యేనాంల - తుఆంలా - తువాంలా - నిఇ - రాల్ల రిఇఇ - తూరిహామర - పా

సర్పటైరవిరాగము - ఏకతాళము

ఆరోహణము	స	రి	గ	మ	ప	ద	ని	స	అవరోహణము	స ని ద
	,,	స	సా	శు	,,	చ	కో	,,		

ప పైసొచమిలచూాం - బాబోజి - కేలనాచ్న - కర్కైసింగాయ -
ప్యారిప్యారి - దిల్ మిల్ త - గుల్ హిల్ ఆ - బాగుజహార -
కేగుల్ హారీ ॥ పై ॥

అ జాన్నస్సె - మాల్లస్సె - యాంరాామె - జాన్నస్సె - రతసజత్నా -
పరహాంవారి - మ్యక్కె - యాలొాంస - హాతీహై - చాలొాంసె -
సమసచమన - పరహాంవారి - సూరత్ చక్ చక్ మూరతు -
యేక్ - జావతు - తపసతు - దేహాతుహాంజా ॥ పై ॥

కా అం కా
ప పామ ప గా - మారిస రి - సానీస రీ రి - రిప్పమ - గాాను - సా రి - నీస -
పైసొచమిల్ చూాం- చూాంబాజోజి - కే ఏలనాచ్న - కర్కైసిం - గారు - ప్యారి - ప్యారి -

నీ ధా ప - నీ ధా ప - మాముగ - గామ - రీ ప స్సారీ ॥

కమిల్ త - గుల హిల్ ల - బా గుబ - హా ర - గోగుల్ హారీ ॥ పై ।

అ సా రీ స - సా రీ స రీ మా గ - మ ప్ప ప్ప రిమగా - మపగా - రిగమా -

జాన్న స్సె - మాల్లస్సె - మిరాజామె - జా న్న స్సె - రత న - జహ్రా - పరహాం -

గారి - సారీస - సా రి స - రీ మాగ - మ ప్ప ప్ప - రిమగా మమగు - రిగమా -

వారి - నుస్కీకె - యాలాంసె - పతీఫ్హె - చాలొాంసె - సమన - చమన - పరహాం -

గారి - పా నిని - ధా నీ - పా ధప సా - మాప్పమ - గమాప - గమాగ రి - సా సా

వారి - సూరత్ - చక్ చక్ - మూరతుయేక్ - జా వతు - తడపతు - దెపహాతు - హాంజా

కల్యాణిరాగము - ఏకతాళము.

ఆరోహణము	స ,,	రి చ	గ అం	మ ప్ర	ప ,,	ధ చ	ని కా	స ,,	అవరోహణము.	స ని ధ

ప పహోరీచోలీ - లడకామడకా - కరతాఆయ - రంగేబోలీ - సాటీ

వోడీమనలోభాయా - జాజరనారె - జనకారె - కరకంణనఅ -

కకటూడె - ఖాజలతినేత్రదిపాయ ॥ పహో ॥

అ ఆవెషరమావో తా- లాషానెగి - యరజిమారా - బోలో

బోలోజిబోలోబలోమేకేవాణ - తామారాం - నకరంతొజనాయె ॥ పహో

ప గ ప - ధనిరి సనిసా - పస సా - సరి నీ - సనిధా - పధ నీ - సని ధ ప - గ ప - ధనిరిప

పహో - రిఇఇచొఒలీ - లడకా - మడకా - అఅఆ - కరత - అఅయఅ - రంం - గెఎవబొ

www.ingramcontent.com/pod-product-compliance
Lightning Source LLC
LaVergne TN
LVHW022357220825
819400LV00033B/855